தமிழ்
ஒரு சூழலியல் மொழி

நக்கீரன்

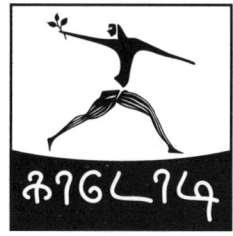

தமிழ்
ஒரு சூழலியல் மொழி

நக்கீரன்

வெளியீட்டு எண்: 14	Publication No.:14
வகைமை: அல்புனைவு	Category: Nonfiction
முதற்பதிப்பு: டிசம்பர், 2022	First Edition: Dec.2022
உரிமை: நக்கீரன்	© Nakkeeran
அட்டை வடிவமைப்பு:	Cover Design:
சந்தோஷ் நாராயணன்	Santhosh Narayanan
நூலாக்கம்: கி.ஆஷா	Boog Design: K. Asha
மெய்ப்பாக்கம்: இனித்தன்	Proof: Iniththan
தாள்: 100 ஜிஎஸ்எம் என்எஸ் மேப்லித்தோ	Paper: 100 GSM NS Maplitho
அச்சாக்கம்: ஆதவன் ஆர்ட் பிரிண்ட், சென்னை - 116	Printed at: Adhavan Art Print, Chennai - 116
வெளியீடு: காடோடி பதிப்பகம், 6, வி.கே.என். நகர், நன்னிலம் - 610 105, திருவாரூர் மாவட்டம்.	Published by: Kaadodi Publication 6, VKN Nagar, Nannilam - 610 105 Thiruvarur District
பக்கங்கள்: 160	Pages: 160
விலை: 190	Price: ₹ 190

ISBN - 978-81-955058-4-5

நூல்களை வாங்க: ☏ 8072730977

All rights, including professional, amateur, motion pictures, recitation, public reading, broadcasting and the rights of translation into foreign languages are strictly reserved. No part of this book may be reproduced in whole or in part or utilized in any form or by any means electronic or mechanical, including photocopying, recording or by any information storage and retrieval system now known or hereafter invented, without the prior written permission of the author / Publisher, except by a reviewer who wishes to quote brief passages in connection with a review written for inclusion in a magazine, newspaper, or broadcast.

எனக்குள் இருந்த எழுத்தாற்றலைக் கண்டறிந்து ஊக்குவித்த,
குத்தாலம் உயர்நிலைப் பள்ளியில் பணிபுரிந்த தமிழாசிரியர்கள்
வை. கிருட்டிணமூர்த்தி - புலவர். இராசமாணிக்கம்
இருவரின் அன்பிற்கும்

நக்கீரன்
(1964)

*க*விஞர், எழுத்தாளர், சூழலியலாளர், சிறார் இலக்கியவாதி, மொழிபெயர்ப்பாளர், பேச்சாளர், செயற்பாட்டாளர் எனப் பன் முகம் கொண்டவர். பசுமை இலக்கியத்தில் இவரது எழுத்துக்கள் தனித்தன்மை கொண்டவை. புனைவு, அல் புனைவு இரண்டிலும் தடம் பதிப்பவர். 'காடோடி', 'நீர் எழுத்து', 'சூழலும் சாதியும்' ஆகியவை இவரது புகழ்பெற்ற நூல்கள். நாடு முழுதும் பயணம் செய்து பள்ளி, கல்லூரி, கருத்தரங்கங்களில் பங்கேற்று சுற்றுச்சூழல் விழிப்புணர்வை ஏற்படுத்தி வருபவர். எழுத்துக்காகவும், சூழலியல் பணிக்காகவும் பல்வேறு விருதுகளை வென்றவர். இவரது நூல்கள் தொடர்ந்து விற்பனையில் சாதனைப் படைப்பதோடு ஆங்கிலம், மலையாளம், கன்னடம் ஆகிய மொழிகளிலும் மொழிபெயர்க்கப் பட்டுள்ளன.

மொழி வாசல்

பச்சையம் மிகுந்த மொழி, தமிழ். அது சருகாகிடக் கூடாது என்பதே நம் ஆதங்கம். ஒருபுறம், உலகமயமாக்கல் அதை உலர்த்த முனைகிறது. மறுபுறம், ஆதிக்க மொழிகள் அதை அகற்ற நினைக்கின்றன. பச்சையம் என்பது நம் நிலத்தின் சுற்றுச்சூழல். சூழல் நீங்கினாலும், மொழி உலரும். மொழி நீங்கினாலும், சூழல் உலரும். எனவே, மொழியையும் சூழலையும் ஒருசேரக் காக்கும் அவசியத்தைப் பேச விழைகிறது, இந்நூல்.

தமிழ்மொழி இதுவரை பண்பாட்டு மொழி, வரலாற்று மொழி, அரசியல் மொழி, சமய மொழி, அறிவியல் மொழி, பகுத்தறிவு மொழி எனப் பலவகைகளில் இதுவரை பார்க்கப்பட்டுள்ளது. அவ்வகையில், தமிழைச் சூழலியல் மொழியாகப் பார்க்கும் முதல் நூல் இதுவெனக் கருதுகிறேன். தமிழ், புதுப்புது கருத்தியல் களை உள்வாங்கும் மொழியாக இருப்பினும், தன் இயல்புக்கு ஏற்புடையதை மட்டுமே தனக்குள் தக்கவைக்க அனுமதிக்கின்றது. அல்லாதவற்றை வெளியேற்றுகிறது. அவ்வகையில், தமிழிடம் ஓர் அறம் தொழிற்படுவதைக் காண்கிறேன்.

தமிழ், இயல்பாகவே இயற்கை சார்ந்த மொழி. ஆகவே, பழந்தமிழ் இலக்கியம் ஆன்மீக எல்லைக்குள் நுழையாது, தம் திணைநிலத்திலேயே கால் பதித்து நின்றது. பிற்காலத்தில் சமணத் தமிழ், பௌத்தத் தமிழ், சைவத் தமிழ், வைணவத் தமிழ் என வரிசையாக அதன்மீது பூசப்பட்ட சமயச் சாயங்களும் ஒட்டாமல் உதிர்ந்துபோயின. உறுதியான பகுத்தறிவு சார்ந்த நேர்க்காட்சிவாதப் பார்வை, தமிழ்மொழியில் இயங்குவதே அதற்கு அடிப்படைக் காரணமாகும். இது இயற்கை அறிவியல் சார்ந்த பார்வையாகும். இது குறித்து, நூல் விரிவாகப் பேசுகிறது.

அறிவியல் X ஆன்மீகம் என்னும் எதிர்மையிலும் அறவியல் எங்கே தொழிற்படுகிறதோ, அங்கே மட்டுமே சார்புநிலைக் கொள்கிறது, தமிழ். மொழியைக் கருவியாக்கி இயங்கிய பக்தி இயக்கத்தில் வன்முறைகள் அரங்கேறியதும், சமயத் தமிழை அது உதறியதைக் கவனத்தில் கொள்ளலாம். அதன் தொடர்ச்சியே தற்போது வள்ளுவருக்குப் பூட்டப்படும் சமய அணிகலன்களையும் அது ஏற்க மறுக்கிறது.

அறிவியலுக்கும் அதேநிலைதான். அறிவியல் அறத்தின் சார்பாக இயங்குகையில், அதை அரவணைத்துக் கொள்கிறது தமிழ். அது அறத்தில் திரிந்து மூலதனத்துக்காக இயற்கை வளத்தை வரைமுறை யற்றுச் சுரண்டுகையில், அதை எதிர்த்து மீண்டும் பசுமைத் தமிழாக மாறி, அதே அறிவியலைக் கண்டிக்கிறது. அனைத்து வகை அரசியலையும் இந்த மொழிஉயிரி அறிந்தே வைத்துள்ளது எனலாம்.

மொழி அரசியலும் தமிழுக்குப் புதிதில்லை. ஈராயிரம் ஆண்டுப் பட்டறிவு அதற்குண்டு. தனக்குரிய நிலத்தில் கால் ஊன்றி நிற்கும் மொழி, தமிழ். அதேவேளை சொந்த நிலமற்று நாடோடியாய்த் திரியும் மொழி, சமஸ்கிருதம். அந்த அலைகுடி மொழி, நிலைகுடித் தமிழின்மீது நிகழ்த்திய தாக்குதல்கள் அளவற்றவை. சமஸ்கிருதச் சொற்கள் தமிழில் புகுந்து, ஒருபுறம் புனிதவேடம் தரிப்பதையும், மறுபுறம் அதன் கருத்துக்கள் தமிழில் கேளிக்கை நிகழ்த்துவதையும் இந்நூல் விளக்கும்.

போரில் தோற்ற ஓர் அரசர் இறந்ததும், அவருடைய மகன் அரியணையேறித் தந்தை மீதான பழியைத் துடைக்கும் பொருட்டுப் பகை நாட்டின்மீது மீண்டும் படையெடுப்பது போல இப்போது படையெடுத்துக் கொண்டிருக்கிறது சமஸ்கிருதத்தின் வாரிசான இந்தி. தந்தை அளவுக்குக்கூடத் தமையனால் முன்னேற முடியாமல் போன துயரத்தையும் இதில் ரசிக்கலாம்.

இந்தி எதிர்ப்புப் போரில் நமக்குக் கைகொடுத்த ஆங்கில மொழியை நாம் நண்பராகக் கருதிக்கொண்டிருக்க, அதுவோ, மெல்ல நமக்கே முதலாளியாக மாறிவருகிறது. மேலும், அது மிக நுட்பமாக முதலீட்டியத்தின் (Capitalism) கருவியாகத் தன்னை வடிவமைத்துக்கொண்டிருப்பதை நாம் கவனிக்கத் தவறியுள்ளோம். விளைவாக, அது எப்படி நம் கருத்தையும் வளத்தையும் ஒருங்கே கொள்ளையடித்துக் கொண்டிருக்கிறது என்கிற விவரத்தையும் இந்நூல் முன்வைக்கிறது.

இந்த நூலுக்கான மூலவித்துத் திருவனந்தபுரத்தில் அமைந்துள்ள (கார்யவட்டம்) கேரளப் பல்கலைக்கழகம் ஆகும். அதிலுள்ள தமிழ்த்துறையில் 30-09-2015 அன்று நடந்த ஒரு கருத்தரங்கில், 'சூழலியல் பார்வையில் தற்கால இலக்கியம்' என்ற தலைப்பில் ஓர் உரை நிகழ்த்தினேன். அதுவே, இந்நூலின் விதை. அதற்காக, அப்பல்கலைக்கழகத்துக்கு என் நன்றியைத் தெரிவித்துக்கொள் கிறேன். கருத்தரங்கில் பங்கேற்கக் காரணமாக இருந்த தேங்காய்ப் பட்டினத்தைச் சேர்ந்த தோழர் முனைவர் சதீஸ் அவர்களுக்கும், அதே கருத்தரங்கில் உடன் பங்கேற்று, உரையின் பொருண்மையைப் பாராட்டிய பேராசிரியர் வீ.அரசு அவர்களுக்கும் நன்றியைப் பகிர்கிறேன்.

பின்னர், கருத்தரங்க உரையைச் சீர்திருத்தி இரு விரிவானக் கட்டுரைகளாக எழுதினேன். அவற்றில் ஒன்று தடம் இதழில், 'தமிழ் நம் நிலத்தின் கண்ணாடி' என்கிற பெயரிலும், மற்றொன்று மணல்வீடு இதழில், 'நம் இலக்கியத்தில் பசுமை இருக்கிறதா?' என்ற தலைப்பிலும் வெளிவந்தன. அவ்விரு இதழ்களுக்கும் என் நன்றி.

தடம் இதழில் வெளியான கட்டுரையை, இராஜபாளையம் தோழர் பன்னீர்செல்வம் என் அனுமதி பெற்றுக் குறுநூலாக்கி, விலையில்லாப் பிரதியாக வெளியிட்டார். அவருக்கும் என் நன்றி. அந்நூலை வெகுகாலம் கழித்துப் படித்துவிட்டுத் தியடோர் பாஸ்கரன் அழைத்துப் பாராட்டினார். இப்போது, அதை முழு நூலாக எழுதி வருவது குறித்துத் தெரிவித்ததும், மகிழ்ச்சி தெரி வித்தார். அவருக்கும் என் நன்றி.

குறிப்பிட்ட இரு கட்டுரைகளும் பாராட்டுகள் பல பெற்றும், அவற்றை நூலாக்கம் செய்யும் முயற்சியைப் பல ஆண்டுகளாகத் தள்ளிப்போட்டு வந்தேன். தமிழ் குறித்து நான் எழுதியிருந்ததை வலதுசாரி மொழி தேசியப் பார்வைக்குச் சாதகமாகச் சிலர் திரித்துக் கையாண்டதில் எனக்கு உடன்பாடில்லை. தமிழுக்கு அறவே வலது சாரித் தன்மை கிடையாது. எனவே, திரிபுக்கு இடங்கொடுக்காத வகையில் மேலும் கவனமாக எழுதத் தீர்மானித்தேன். அப்போது, ஒன்றிய அரசின் இந்திமொழி திணிப்பு, புதிய கல்வித் திட்டம் பற்றிய அறிவிப்புகளைக் கண்டதும் எழுதப்பட வேண்டிய அவசியத்தை உணர்ந்தேன். உடனே நூலாக்கம் தொடங்கிவிட்டது.

இரு கட்டுரைகளின் தலைப்புகளும் மீண்டும் நூலுக்குள் இடம்பெற்றிருந்தாலும், அவற்றின் பொருண்மை மாறியுள்ளது. கட்டுரைகளின் உள்ளடக்கம் வெவ்வேறு தலைப்புகளாக விரிவாக்கம் பெற்றுவிட்டதைப் புரிந்துகொள்ள வேண்டுகிறேன். எனவே, பெரும் தாக்கத்தை ஏற்படுத்திய 'தமிழ் நம் நிலத்தின் கண்ணாடி' கட்டுரையின் முழு வடிவத்தை இங்குத் தேட வேண்டாம்.

இன்றைய இளைய தலைமுறையினர் பசுமை இலக்கியத்தின் மேல் தம் கவனத்தைத் திருப்பியிருப்பது வரவேற்புக்குரியது. அவர்களுக்குத் தமிழ்மொழிக்கும் சுற்றுச்சூழலுக்கும் உள்ள தொடர்பைப் பற்றி மேலும் விரிவாக இந்நூல் புரிய வைக்கும் என்று நம்புகிறேன். அது மொழியின் மீது கூடுதல் கவனம் செலுத்த உதவும்.

என்னைப் பொறுத்தவரை இதுவோர் அறிமுக நூலே. இதை விட நுண்மையாகவும் விரிவாகவும் சூழலியலையும் தமிழையும் பொருத்தி, ஆய்வுசெய்யும் நூல்கள் தமிழில் பெருக வேண்டும் என்பதே ஆவல். அதற்கு ஒரு தொடக்கமாய் இந்நூல் உதவட்டும்.

நன்னிலம் தோழமையுடன்
28/11/22 நக்கீரன்

உள்ளடக்கம்

பாயிரம் அன்று பனுவலின் விசாரணை   15
பகுதி 1

1. மலையில் தொடக்கம் மைக்ரோசாஃப்ட்டில் அடக்கம்   18
2. உலகின் முதல் குரங்கு தமிழ்க் குரங்கு அன்று   21
3. மேற்கே புதுமை நமக்குப் பழமை   26
4. இயற்கையா? கடவுளா? தமிழ் எந்தப் பக்கம்?   31
5. சூழல் அழிந்தால் மொழியும் அழியும்   40
6. தொல்காப்பியம் ஒரு சுருக்கெழுத்துப் பிரதி   44
7. கொல்லப்பட்ட மரங்களும் முதல் குவாரியும்   51

பகுதி 2

8	நம் இலக்கியத்தில் பசுமை இருக்கிறதா?	58
9	ஒருபுறம் இயற்கை மறுபுறம் தலைவி	63
10	நாராய் நாராய் செங்கால் நாராய்	68
11	கபிலர் ஏன் மருதம் பாடவில்லை?	73
12	தமிழில் வசந்தகாலக் குற்றங்கள்	77

பகுதி 3

13	சமஸ்கிருதம் சூழலியல் மொழியா?	84
14	அசுணம் என்பது அவமானம்	89
15	வைதீகம் எரிக்கும் தமிழ்ச் சொற்கள்	92
16	இந்தி மதம் சமைத்த மொழி	98
17	தமிழ் என்பது மண்ணின் மொழி	104

பகுதி 4

18	யானையைத் தாக்கும் எலிஃபண்ட்	108
19	ஆங்கிலம் முதலீட்டியத்தின் கருவி	112
20	வல்லரசு மொழியின் வளஅரசியல்	115
21	ஒரு கலைச்சொல் எப்படிப் பிறக்கிறது?	122
22.	மொழிக்குள் ஒளிந்திருக்கும் தந்திரம்	128

பகுதி 5

23.	தொல்குடிகளின் சூழல் களஞ்சியம்	132
24.	ஒரே ஒரு மொழி ஒரே ஒரு உலகம்	136
25.	தமிழ் நம் நிலத்தின் கண்ணாடி	140
26.	தமிழ் ஒரு மொழி உயிரி	145

பாயிரம் அன்று பனுவலின் விசாரணை

உயிரினங்கள் அனைத்தும் சமம் என்பதுதானே சூழலியல் பார்வை?

ஆமாம்.

மனிதர்களை மட்டும் 'உயர்திணை' என்று வகுத்த தமிழைச் 'சூழலியல் மொழி' என்று சொல்வது நியாயமா?

நியாயம்தான். ஏனெனில், தமிழில் சாதியம் இல்லை.

கேள்விக்கும் இந்தப் பதிலுக்கும் தொடர்பில்லையே.

சாதியச் சொல்லாடல் எனில், அதில் 'உயர்சாதி' என்பதற்கு எதிராக 'இழிசாதி' என்ற சொல் உருவாக்கப்பட்டிருக்கும். 'உயர் திணை' என்ற சொல்லைச் சாதியச் சிந்தனை உருவாக்கி இருந் தால், அதற்கு எதிராக 'இழிதிணை' என்ற சொல் தானாகவே தோன்றியிருக்கும். தொல்காப்பியம் அந்தத் தவறைச் செய்ய வில்லை. அது சொல்கிறது (சொல்.கிளவி.நூ.1):

'உயர்திணை என்மனார் மக்கள் சுட்டே;
அஃறிணை என்மனார் அவர் அல பிறவே'

உயர்திணை என்பது 'மக்கள்' என்று அது சுட்டுகிறது. சரி, உயர்திணை என்று ஒன்றைச் சொல்லிவிட்டோம். மற்றவை தாழ்ந்த திணையா? என்றால் அவற்றை, 'அல்லாத திணை' என்றது.

அப்படியென்றால்?

'அல்லாத திணை என்றாலும், அல்திணை என்றாலும் ஒன்றே. இல்லாத பொருள் என்பதும், இல்பொருள் என்பதும் ஒன்றையே குறிக்கும். அதுபோல இது, அல்திணை. இந்த அல்திணையே, 'அஃறிணை' ஆனது.

அஃறிணை என்றால் தாழ்ந்ததுதானே?

இதுதான் சனாதனக் கண்ணோட்டம். அஃறிணை என்பது, 'மக்கள் அல்லாத பிறவே.' அதாவது, மனிதர்கள் ஒருவகை உயிரினம் என்றால், அவர்கள் அல்லாத பிற உயிரினங்கள் வேறொரு வகை என்பதே இதன் விளக்கம். மனிதர்களைவிட அவை தாழ்ந்தவை என்று தொல்காப்பியம் கூறவில்லை.

'மக்கள் தாமே ஆறறிவு உயிரே' - இதைச் சொன்னதும் தொல்காப்பியம்தானே?

ஆமாம். ஒவ்வொரு உயிரின வகையைச் சொல்லி, இதற்கு ஓரறிவு, இதற்கு இரண்டு அறிவு என்று வரிசையாகச் சொல்லி வந்து, இறுதியில் மனிதருக்கு ஆறறிவு என்று முடிக்கிறது.

இது உயிரி மையச் (Biocentric) சிந்தனை இல்லையே? ஓங்கில் (டால்பின்), சிம்பன்சி போன்ற விலங்குகளும் மனிதரைப் போலச் சிந்திப்பதாகச் சொல்கிறார்களே?

அதற்கு அடுத்த வரிகளைப் பாருங்கள் (தொல்.பொருள்.மரபு. நூ.33,34).

'பிறவும் உளபே அக்கிளை மரபே
ஒருசார் விலங்கும் இளவென மொழிப'

மனிதருக்கு ஆறறிவு என்று சொல்லிய கையோடு, வேறு சில விலங்குகளும் அதேபோன்ற அறிவுக் கொண்டிருப்பதை, அது நுட்பமாக உரைக்கிறது.

ஓ... இதுதானா, 'பிறப்பொக்கும் எல்லா உயிர்க்கும்?'

ஆம். அப்படிச் சொன்னதால்தானே இது சூழலியல் மொழி.

பகுதி 1

உலகின் எந்தவொரு மொழிக்கும் இல்லாத ஒரு பெருமை தமிழுக்கு உண்டு. உலக அரங்கின்முன் நாம் அதைச் செருக்குடன் முன்வைக்க முடியும். ஆனால், அதைப்பற்றி ஏன் எவருமே பேசுவதில்லை? என்பதுதான் வியப்பாக இருக்கிறது.

1. மலையில் தொடக்கம் மைக்ரோசாஃப்ட்டில் அடக்கம்

மேகமலைப் பள்ளத்தாக்கின் நடுவே நின்றுகொண்டிருந்தேன். அது ஒரு தேயிலைத் தோட்டம். அங்குத்தான் இப்புத்தகத்தின் தலைப்பு எனக்குள் உறுதியானது. ஆனாலும், காற்றில் படபடக்கும் தேயிலைத் தளிர்களைப் போல மனம் படபடக்கிறது. இந்தத் தலைப்புச் சரிதானா?

தமிழ் எனது தாய்மொழி. சூழலியல் எனது எழுதுமுறை. இவை இரண்டின் மீதுள்ள பற்றினால்தான் 'தமிழ் ஒரு சூழலியல் மொழி' என்கிறேனா? மொழிகள் அனைத்துக்கும் சூழலியல் பின்னணி உண்டு. இதில் தமிழை மட்டும் சூழலியல் மொழி என்று கொஞ்சுவது முறைதானா? மண்புழுக்கள் மூளைக்குள் நெளிகின்றன.

மேகமலை என்கிற பெயரை ஒருமுறை உச்சரிக்கிறேன். இது தமிழ்ப்பெயரா? 'மலை' என்பது தமிழ். 'மேகம்' என்பது வட மொழி. இரண்டும் இணைந்து தமிழ்நாட்டிலுள்ள ஓரிடத்தின் பெயராக மாறிவிட்டது. இப்படி மொழியே இயற்கையாக இல்லாதபோது, இது எப்படிச் சூழலியல் மொழியாகும்?

பெருமூச்சுடன் ஒருமுறை சுற்றிலும் பார்க்கிறேன். எங்கும் தேயிலைத் தோட்டம். அதன் விளிம்பினில் காடு. இரண்டிலும் தாவரங்களே உள்ளன. ஆனால், தேயிலைத் தோட்டத்தைச் செயற்கை என்கிறோம். காடுகளை இயற்கை என்கிறோம். ஒரு மொழியின் இயற்கைப் பாதிக்கப்படாமல் இருக்கும் வரையே அது சூழலியல் மொழி. இதைத் தெரிவிப்பதே நூலின் நோக்கம். அதற்கு, முதலில் எது இயற்கை? எது செயற்கை? என்பது தெளிவுப்பட வேண்டும்.

''ரொம்ப யோசிக்காதே. எழுதுற வேலையைப் பாரு.''

ஒரு குரல் ஒலிக்கின்றது. அது வானின்று இறங்கிய அசரீரி அன்று. ஆழ்மனதில் பதிந்துள்ள மொழியின் எதிரொலி. அப்போது இயற்கை - செயற்கை விளக்கம்? நான் இருக்கிறேன் என்று துணைக்கு வருகிறது, தொல்காப்பியம்.

ஒரு மொழியின் இலக்கியங்களில் சூழலியல் இருக்கும். ஆனால், இலக்கணமே சூழலியலாக இருப்பது, தமிழ். அதை அமைத்துத் தந்தது, தொல்காப்பியம். அதுதான் இயற்கைக்கும் செயற்கைக்கும் வேறுபாடு சொல்லித் தருகிறது. முதலில் இயற்கையின் இலக்கணம் இது:

'இயற்கைப் பொருளை இற்றெனக் கிளத்தல்' *(தொல்.சொல். கிளவி. நூ.19):*

இதில், 'இயற்கைப் பொருள்' என்பது புரிகிறது. அது என்ன *'இற்று எனக் கிளத்தல்'?*

'இந்தத் தன்மை உடையது எனக் கூறுதல்.' ஓர் இயற்கைப் பொருளைப் பற்றிக் கூறுகையில், அது 'இத்தகைய தன்மையை உடையது' என்று கூற வேண்டும். எடுத்துக்காட்டாக, நீர் என்பது ஓர் இயற்கைப் பொருள். அதன் தன்மை என்ன?

குளிர்ச்சி.

தமிழில், 'தண்' என்றால் குளிர்ச்சி. நீர் குளிர்ந்த தன்மை உடையது என்னும் பொருளில், 'தண்ணீர்' எனப்பட்டது. இதுவே இயற்கையின் இலக்கணம்.

மனிதர்களின் ஆட்டம்தான் தொடங்கிவிட்டதே! இயற்கை தன் இயல்பை இழந்து, செயற்கையாக மாறி வருகிறதே!

அதற்கும் இலக்கணம் வைத்துள்ளது, தொல்காப்பியம். ஒன்றில்லை, இரண்டு இலக்கணங்கள். அவற்றில் முதல் இலக்கணம் இது:

'செயற்கைப் பொருளை ஆக்கமொடு கூறல்' *(தொல். சொல். கிளவி. நூ.20)*

இதிலும் ஒன்று மட்டுமே புரிகிறது. 'செயற்கை' புரிகிறது. 'ஆக்கம்' என்றால்?

'ஆக்கம்' என்றால் 'ஆயிற்று.' 'இயற்கை' என்பது செயற்கையாக மாறினால், அது ஆயிற்று. 'அப்படி இருந்த அது, இப்படி

ஆயிற்று' என்று கூறுதல். அப்படிக் கூறினால் மட்டும் தெளிவு கிடைத்துவிடுமா? எதனால் அப்படி ஆயிற்று என்பது தெரிய வேண்டாமா? அதற்குத்தான் இரண்டாவது இலக்கணம்:

'ஆக்கந் தானே காரண முதற்றே' (தொல்.சொல்.கிளவி. நூ.21)

ஆக்கத்தைச் சொல்வதோடு நிறுத்தக் கூடாது. அது ஏன் அப்படி ஆனது என்கிற காரணத்தையும் சேர்த்துச் சொல்ல வேண்டும். அதிலும், காரணத்தை முதலில் சொல்ல வேண்டும். அதுதான் 'காரண முதற்றே.' காரணத்தை முதலில் சொல்லிய பிறகு, ஆக்கத்தைச் சொன்னால்தான், அது தற்போது இயற்கையாக இல்லை செயற்கையாக மாறிவிட்டது என்பது தெளிவாகும்.

கண்ணெதிரில் உள்ள இந்த மேகமலையே சான்று. 'காடாக இருந்தது தேயிலைத் தோட்டமானது' என்பது வெறும் ஆக்கத்தை மட்டுமே சொல்வதாகும். அது முதலாவது இலக்கணம். ஆக்கத் துக்கு முன்பாகக் காரணத்தை எழுதவேண்டும் என்பது இரண் டாம் இலக்கணம். அதன்படி, 'பிரிட்டிசார் ஆட்சியினால் காடாக இருந்தது தேயிலைத் தோட்டமானது' என்று காரணத்தையும் சேர்த்துச் சொன்னதும் வாக்கியம் தெளிவாக மாறுவதைக் கவனிக்கவும்.

சூழலியல் எழுத்தின் அடிப்படைப் பொருண்மையும் இது தானே? இயற்கை மாசடைந்து திரிந்துவிட்டால், அதை மட்டுமே சொல்லாது அதன் காரணத்தையும் சேர்த்து விளக்குவதுதானே சூழலியல் எழுத்து? இன்றைய சூழலியல் எழுத்துக்கான இலக் கணத்தை எத்தனையோ நூற்றாண்டுகளுக்கு முன்னரே எழுதி தந்துவிட்ட தொல்காப்பியத்துக்கு நன்றி. இனிக் குறையொன்று மில்லை.

மலையில் தோன்றிய மொழி, 'மைக்ரோ சாஃப்டில்' பதிவாகத் தொடங்கியது.

*

2 உலகின் முதல் குரங்கு தமிழ்க் குரங்கு அன்று

ஒரு வெளிநாட்டுப் பேராசிரியர் அந்தக் கேள்வியைக் கேட்டதும் வெட்கமாக இருந்தது. "உங்கள் பண்டைய இலக்கியங் களில் டினோசார் பற்றிக் குறிப்புகள் உள்ளதாமே?"

அவர் டென்மார்க் நாட்டுப் பல்கலைக்கழகம் ஒன்றில் சுற்றுச் சூழல் துறையின் தலைவர். நம் அண்ணா பல்கலைக்கழகத்துக்கு டென்மார்க் மற்றும் ஜெர்மன் ஆகிய நாடுகளின் இரு பல் கலைக்கழகங்களில் இருந்து சுற்றுச்சூழல் முனைவர் பட்ட ஆய்வு மாணவர்கள் வந்திருந்தனர். அவர்களுடன் தமிழ்நாட்டின் சுற்றுச் சூழல் குறித்து ஓர் உரையாடல் அப்போதுதான் நடந்து முடிந் திருந்தது. அதன்பிறகு, நிகழ்ந்த தனிப்பட்ட உரையாடலின் போதே அவர் இக்கேள்வியை எழுப்பினார்.

உடனடியாக, "இல்லையே" என்று மறுத்தேன்.

"உங்கள் கோவிலிலும் அச்சிற்பங்கள் உள்ளதாமே? அழைத்துச் சென்று காட்டுவதாகச் சொன்னார்கள்" என்றார், அவர்.

இலக்கியத்தில் ஆளி. கோவில்களில் யாளி. இவற்றையே, 'டினோசார்' என்று ஒரு குழு உருட்டிக்கொண்டிருப்பது பலரும் அறிந்ததே. அந்த 'முன்னோர்கள் ஒன்றும் முட்டாள்கள் இல்லை' குழுவில் இருக்கும் யாரோ ஒருவரே இதை அள்ளிவிட்டுள்ளார் என்பது புரிந்தது. தமிழை அழிப்பதற்குச் சமஸ்கிருதமோ, இந்தியோ, ஆங்கிலமோ எதுவும் வரவேண்டாம். இந்தக் குழுவே போதும்.

பேராசிரியர் ஒன்றும் அக்கேள்வியை வியந்து கேட்கவில்லை. அவர் இயற்கை அறிவியலை நன்கு கற்றுணர்ந்தவர். ஆகையால், தம் மொழியை ஒரு செம்மொழி எனப் பெருமை கொள்ளும் இவர்களின் மொழியில் இவ்வளவு பொய்ம்மையா? என்று நினைத் திருக்கலாம்.

ஆளி என்றால் சிங்கம் என்றும் பொருள் கூறுவர். தமிழ்நாட்டில் சிங்கம் இருந்ததில்லை. ஆளி என்பது யானையைக் கொல்லும் விலங்கு என்பது போன்ற இலக்கியக் கருத்துக்கள் தமிழுக்குள் எங்கிருந்து ஊடுருவின என்பதைப் பிறகு பார்ப்போம். உலகில் எங்கும் காணப்பெறாத கற்பனை உயிரினத் தொன்மங்களின்மீது உலகின் எல்லாப் பண்பாடுகளிலும் ஓர் ஈர்ப்பு இருந்திருக்கிறது. ஃபீனிக்ஸ், டிராகன் போன்றவை அதற்குச் சான்று. அதுபோலச் சிற்பிகளின் அழகான கற்பனையே யாளி. அதை மிகைப்படுத்தியே, 'தமிழன் அன்றே டினோசாரைக் கண்டான்' என்கிற புனைகதை களை இவர்கள் உருவாக்குகின்றார்கள்.

டினோசாரின் காலம் ஏறத்தாழப் பதின்மூன்றரைக் கோடி ஆண்டுகளுக்கு முன்பு, மிசோசோயிக் ஊழியின் கிரிடேசியஸ் காலகட்டத்தோடு முடிந்துவிட்டது. ஆதிமனித இனமான ஹோமோ இனம், தோராயமாக ஒரு இலட்சம் ஆண்டுகளுக்கு முன்னரே உலகில் எட்டிப் பார்க்கிறது. *(ஜெயகரன், 2007:38,54)* அதாவது, டினோசர் வாழ்ந்த காலத்தில்; மனித இனமே தோன்ற வில்லை. எனவே, இந்தத் 'தமிழன் - டினோசார்' கதையெல்லாம் ஆய்வு என்ற பெயரில் அறிவியல் அரங்குக்கு எடுத்துச் சென்றால், அதன் வாசலைக்கூட நம்மை மிதிக்கவிட மாட்டார்கள்.

உண்மை இப்படியிருக்க அந்த டென்மார்க் பேராசிரியர் நம் மொழியைப் பற்றி என்ன நினைத்திருப்பார்? தமிழ் குறித்து, ஒரு தவறான கருத்துடன்தானே நாட்டைவிட்டு வெளியேறுவார்? எனவே, அவருக்கு விளக்கிக் கூறினேன். தமிழின் சூழலியல் அறிவின்மீது படிய வைக்கப்பட்ட சிறு கறையை அகற்றிய மகிழ்ச்சி.

ஆனாலும், இன்னும் கழுவப்படாத கறைகள் நிறையவே உள்ளன. அவற்றுக்குப் பழைய தமிழ் அறிஞர்களின் எழுத்துக் களை வேறு சான்றாக இழுத்து வருவர். ஒன்றைப் புரிந்துகொள்ள வேண்டும். ஏறக்குறைய ஒரு நூற்றாண்டுக்கு முன்னர் நம் தமிழறிஞர்களுக்குக் கிடைத்த தரவுகள் மிகவும் குறைவு அல்லது, போதாமையைக் கொண்டவை. இன்றைக்குக் கிடைக்கும் அறிவியல் சான்றுகள் நூற்றாண்டுக்கு முந்தைய அறிவியலையே மறுக்கும் காலத்தில் நாம் வாழ்கிறோம். இன்னும் பழசையே பிடித்துத் தொங்க, தமிழ் என்ன வேதமா? அல்லது, புராணமா?

உலகில் முதலில் தோன்றிய மொழி, தமிழ்மொழி.

உலகில் முதலில் தோன்றிய இனம், தமிழினம்.

உலகில் முதலில் தோன்றிய இசை, தமிழிசை.

இப்படிப் பல 'முதல்'கள் நம்மிடையே உலாவுகின்றன. எல்லாமே வெற்றுப் பெருமைகள். அனைத்தும் அறிவியல் சாரா தவை. உலக அரங்கில் இவற்றை முன்வைத்தால் நகைச்சுவையாக மாறிவிடும்.

தமிழ்மொழிக் குறித்துப் பேசுகையில், 'இந்தியத் துணைக் கண்டத்தில் பேசப்படும் மொழிகளுள் தமிழ் மட்டுமே தொன் மையும் தொடர்ச்சியும் (antiquity and continuity) உள்ள மொழி' என்பார் பேராசிரியர் கார்த்திகேசு சிவத்தம்பி. (தீராநதி) இது நியாயமான பெருமை. மொழியியல் உலகிலும் இதற்கு மாற்றுக் கருத்தில்லை. ஆனால், உலகிலேயே முதல்மொழி என்னும்போதே சிக்கல் தொடங்குகிறது. தற்காலத்தில் தமிழில் சிறந்த ஆய்வுகளை மேற்கொள்ளும் கண்ணபிரான் ரவிசங்கர் கூறுகின்றார்:

''மொழியியல் உலகில் தமிழே முதல்மொழி என்பதற்குத் தரவுகள் இல்லை. 'அனைத்து மொழிகளின் தாய்' என்பது அறிவியலும் இல்லை. அறிவியலின்படி உலகின் முதல்மொழி, 'சைகை' மொழியாகவே இருக்க முடியும்.'' *(2018:93)*

ஒரு காலத்தில், 'சமஸ்கிருதமே அனைத்து மொழிகளுக்கும் தாய்' என்கிற பொய்க்கதை புனையப்பட்டுப் பரவலாக்கப்பட்டு வந்தது. அதற்குப் பதிலடி கொடுப்பதாக எண்ணி, நம்மவர்கள் உருவாக்கிய மறுபுனைவே மேற்கண்ட கூற்றுகள். ஆசை என்பது அறிவியல் ஆகாது. சைகையே முதல்மொழி என்று அறிவியல் கூறியதும் அதையும் நம்மவர்கள் விட்டு வைக்கவில்லை.

மனோன்மணீயம் சுந்தரம் பிள்ளை அவர்களின் தாசரான புலவரொருவர் பாடியுள்ள ஒரு பாடலை அதற்கு மேற்கோள் காட்டுகிறார், பேராசிரியர் க. கைலாசபதி. அப்பாடலில், 'சைகை மொழி பேசிய மனிதர்கள் முன்னேறி முதலில் மொழியைப் பேசியபோது, பைந்தமிழையே பேசினார்' என்கிறாராம் அவர். இவை அனைத்தையும் பார்க்கையில் தனக்குப் புதுமைப்பித்தன் கூறியதே நினைவுக்கு வருகிறது என்பார், கைலாசபதி:

"நமது பண்டிதர்களுக்கு நம் இலக்கியம் பல்லாயிரம் வருசங்களுக்கு முந்தியது என்று சொல்லிக் கொள்வதில் ஒரு பெருமை; பரிணாமத் தத்துவப்படி தோன்றிய முதல் குரங்கு, 'தமிழ்க் குரங்கு' என்றால்தான் நம்மவனுக்குத் திருப்தி." (2017:31)

ஹோமோ சேப்பியன்ஸ் இனம் படிமலர்ச்சி அடைந்தது தமிழ் நாட்டில் இல்லை. இன்றைய ஆப்பிரிக்கப் பகுதியில் தோன்றி, உலகின் பல்வேறு பகுதிகளில் அது பரவியது என்பதை இன்றைய மரபீனி (Genetics) அறிவியல் தெளிவாக்கிவிட்டது. ஆயினும், பிற்காலத் தமிழ் நூலாம், 'புறப்பொருள் வெண்பாமாலை'தான் நமக்கு வேதம். 'கல்தோன்றி மண்தோன்றாக் காலத்தே வாளோடு முன்தோன்றி மூத்த குடி' என்கிற அதன் வரிகள் வேதவாக்கு. இது சான்றாகுமா?

'புழங்குபொருட்கள், கருவிகள், கல்வெட்டுக்கள், செப்பேடுகள் முதலிய எந்தச் சான்றுகளும் வேண்டாம். இந்த வரி ஒன்றே போதும் என்னும்போது, 'வரலாறு' என்ற சொல்லை உச்சரிப்பதே கேலியாகி விடுகிறது' என்று வருந்துகிறார், க. கைலாசபதி. (2017:25)

மேற்கண்ட வரிகளை உயர்வு நவிற்சியாக மட்டுமே கொள்ள முடியும். 'கல் என்பது குறிஞ்சி, மண் என்பது முல்லை. இவை இரண்டிற்கும் இடையே...' என்றெல்லாம் விளக்கம் சொல்ல முனைவது, நமக்கு நாமே சொல்லிக் கொள்ளும் சமாதானம் என்றே படுகிறது. காரணம், இந்த ஒன்பதாம் நூற்றாண்டு நூல் தமிழ்நாட்டில் இல்லாத 'சிங்கம்' பற்றியெல்லாம் பேசுகிறது.

'உலகின் முதல் இசை, தமிழ் இசையே' என்று ஒரு திரைப் படப் பாடல் உண்டு. "பல்லவி அல்லது, உழைப்பு ஒலி என்பது ஒருவர் உழைக்கும்போது எழுப்பும் ஒரு பொருளற்ற ஒலி" என்பார் அறிஞர் ஜார்ஜ் தாம்சன். அது இசையின் தொடக்கக் கூறுகளுள் ஒன்று. எனவே, "முறையான பாட்டு என்பது தொழிற்பாட்டு என்பதில் இருந்தே வளர்ச்சி அடைந்தது" என்கிறார், அவர். (2017:53,55)

அனைத்து ஹோமோ சேப்பியன்களும் உழைப்பில் தொடங்கியே இன்றைய நாகரிக வளர்ச்சியை அடைந்துள்ளன. எனவே, இசை என்பது உலகின் அனைத்துப் பண்பாட்டு வாழ்வியலிலும் பரவலாகத் தோன்றி வளர்ந்த ஒன்றாகவே இருக்க முடியும். இதில் நாங்களே முதல் என்று எவருமே உரிமை கோர முடியாது.

அப்படியானால், தமிழ் குறித்துப் பெருமிதம்கொள்ள எதுவுமே இல்லையா?

யார் சொன்னது? இருக்கிறது. அது உலகின் வேறெந்த ஒரு மொழிக்கும் இல்லாத பெருமையும்கூட. உலக அரங்கின்முன் செருக்குடன் அதை நாம் முன்வைக்க முடியும். ஆனால், அதை ஏன் எவருமே பேசுவதில்லை? என்பதுதான் வியப்பாக இருக்கிறது. நம் 'திணைக்கோட்பாடு'தான் அப்பெருமை.

ஆம், உலகில் முதல் சூழலியல் கோட்பாட்டை உருவாக்கிய மொழி, தமிழ்மொழியே.

*

3 மேற்கே புதுமை நமக்குப் பழமை

1935ஆம் ஆண்டில் ஆங்கிலமொழிக்கு ஒரு புதிய அறிவியல் கலைச்சொல் அறிமுகமாகிறது. பிரிட்டனின் உயிரியலாளர் 'ஆர்தர் டான்ஸ்லே' (Arthur Tansley) என்பவர் அச்சொல்லை முதலில் பயன்படுத்துகிறார். அது 'ஈகோசிஸ்டம்' (Ecosystem) என்கிற சொல்லாகும். இது 'ஈக்காலஜி', 'சிஸ்டம்' என்னும் இரு சொற்களின் இணைவில் உருவான ஒரு கூட்டுச்சொல். இது காரணப் பெயராக அமைந்துள்ளது. காரணப் பெயர் என்பது ஏதேனும் ஒரு காரணம் கருதி வழங்கப்படும் பெயராகும். எடுத்துக்காட்டு: முக்காலி (மூன்று கால்களை உடைய காரணத்தால் அது முக்காலி).

ஒரு மொழிக்குள் ஒரு புதிய பொருள் அல்லது, புதிய கருத்தியல் அறிமுகமாகையில் அது காரணப்பெயரில் அமைவதைக் காண்கிறோம். தமிழ்மொழிக்குள் நுழைந்த, 'தொலைக்காட்சி, அலைபேசி' போன்ற புதிய பொருட்களின் பெயராக இருந்தாலும், 'உலகமயமாக்கல்' என்பது போன்ற புதிய கருத்தியலின் பெயராக இருந்தாலும், அவை காரணப்பெயரிலேயே அமைந்துள்ளதைக் காணலாம். அதுபோல, ஆங்கிலமொழிக்கு, 'ஈகோசிஸ்டம்' என்கிற கருத்தியல் புதிது. ஆகவே, அது காரணப்பெயரில் அமைகிறது.

எனவே, இச்சொல்லைத் தமிழில் 'சூழல் அமைவு' என்றோ, 'சூழல் தொகுதி' என்றோ புரிந்துகொள்ளலாம். இவையும் காரணப் பெயரே. ஆனால், பழந்தமிழில் இதற்கு நிகரான ஒரு சொல் தனிச் சொல்லாகவே இடுகுறிப்பெயரில் வழங்கி வருகிறது. இடுகுறிப் பெயர் என்பது காரணம் ஏதுமின்றி, ஒரு பொருளுக்குக் குறியீடாய் இட்ட பெயர். எடுத்துக்காட்டு: மரம். 'ஈகோசிஸ்டம்' என்பதற்குத் தமிழில் வழங்கும் இடுகுறிப்பெயர் 'திணை' என்பதாகும். ஆக, இக்கருத்தியல் தமிழ்மொழிக்குப் புதிதன்று என்பது விளங்கும்.

அசல் தமிழ்ச்சொல் ஒன்றைத் தேடி அலைந்த நிகழ்வு இங்கு நினைவுக்கு வருகிறது.

ஆறு, கடலுடன் கலக்கும் இடத்தை நாம், 'முகத்துவாரம்' என்போம். எழுத்து வழக்கில், 'கழிமுகம்' என்கிற சொல் உண்டு. முன்னது, சமஸ்கிருதச் சொல். பின்னது, தமிழ்ச்சொல்லே எனினும், காரணப்பெயர். பாவாணர் குறிப்பிடும் 'கயவாயில்' என்கிற சொல்லும் அவ்வாறே. சங்குமுகம் என்பாரும் உண்டு. என் வினா இதுதான்: "முப்பத்து மூன்று ஆறுகள் கடலில் கலக்கும் தமிழ் நாட்டின் இயற்கை அமைப்பில், ஆறு கடலில் கலக்கும் இடத்தைக் குறிக்க ஒரு தனிச்சொல் அல்லது, இடுகுறிப்பெயர் எப்படி இல்லாமல் போகும்?"

தேடினேன், தேடினேன், தேடிக்கொண்டேயிருந்தேன்.

இடையில் என் நூல் ஒன்றில் 'நுழைமுகம்' என்ற சொல்லைப் பயன்படுத்தியும் நிறைவில்லை. இறுதியில் அதற்கான விடை, குமரி மாவட்டத்தில் ஒளிந்திருந்தது. ஒருமுறை அங்குள்ள மருந்துவாழ் மலையிலேறி, அதன் உச்சியில் அமர்ந்திருந்தபோது உடன் வந்திருந்த போக்குவரத்துக் கழகத்தில் பணியாற்றும் அம்மாவட்டத் தோழர் சந்திரன் தொலைவில் ஆறு ஒன்று கடலில் கலக்கும் இடத்தைச் சுட்டிக்காட்டி, ஏதோ ஒரு செய்தியைச் சொல்லிக் கொண்டிருந்தார்.

அப்போது அடிக்கடி, 'பொழி' என்ற சொல்லை அவர் உச்சரித்தார். அதன் பொருள் விளங்கவில்லை என்பதால் அவரிடமே கேட்டேன். அவர், "அதோ அந்த ஆறு கடலில் கலக்கும் இடம் இருக்கிறதே, அதைத்தான் நாங்கள் 'பொழி' என்போம்" என்றவர், "அதுமட்டுமில்லை கூடை முடையும்போது நெடுவாக்கில் அமைந்த பட்டையோடு குறுக்குப் பட்டை கூடும் இடத்தையும் 'பொழி' என்றே சொல்வோம்" என்றார். அதாவது, இரு பட்டைகள் கூடும் இடமும் பொழி, ஆறு கடலுடன் கூடும் இடமும் பொழி.

மூளையில் மின்னல் ஒன்று பளிச்சிட்டது. சென்னைப் பல்கலைக்கழகம் வெளியிட்ட தமிழ் லெக்சிகனில் 'பொழி' என்கிற சொல்லுக்குக் 'கடலுக்கும், அதில் கலக்கும் ஆற்றுக்கும் இடையிலுள்ள சிறு கரை' என்று குறிப்பிடப்பட்டிருக்கும். அது வொரு தற்காலிக அமைப்பே. ஆற்றில் நன்னீர் வரத்துக் குறையும் வேனில் பருவத்தில் கடலுக்கும் ஆற்றுக்கும் இடையே மணல் திட்டுத் தோன்றுவது இயற்கை. ஆற்றில் நீர்வரத்து அதிகரித்தால் அது கரைந்துவிடும்.

எனவே, குமரி மாவட்டத் தோழர் சொல்லியது பொருத்த மாகவே தோன்றியது. அகராதிகளில் நான் தேடிய சொல் இறுதியில் ஒரு வட்டார வழக்கில் ஒளிந்திருக்கிறது. பொழி என்பது இடு குறிப்பெயரே என்று முடிவு செய்தேன். அதுமுதல் என் எழுத்துக் களில், 'பொழி' என்கிற சொல்லையே பயன்படுத்தி வருகிறேன்.

திணை என்கிற பெயரும் அவ்வாறு தொன்மைமிக்கதே. ஈராயிரம் ஆண்டுகளுக்கு முன்னரே இங்குச் சூழல் தொகுதி களுக்குத் 'திணை' என்று பெயரிட்டு வழங்கியுள்ளோம். 'திணை' என்னும் சொல் 'திண்' அல்லது 'திட்' என்னும் வேர்ச்சொல்லில் இருந்து தோன்றியது என்று தோன்றுகிறது. எனவே, இது 'நிலம்' என்னும் பொருளில் ஆளப்படுகிறது என்பார், பி.டி. சீனிவாச அய்யங்கார். *(1-1989.14)*

இவர், ஆங்கிலத்தில் History of the Tamils என்னும் நூலை எழுதியுள்ளார். அதன் தமிழ் மொழிப்பெயர்ப்பு 'தமிழர் வரலாறு' என்பதாகும். அதில் ஐரோப்பிய நிலம் தொடர்பாக அவர் எழுதியுள்ள செய்தி ஒன்று நம் கவனத்தை ஈர்க்கின்றது:

'19ஆம் நூற்றாண்டில் ஐரோப்பாவின் நிலப்பிரிவுகளை ஆய்வு செய்த மானுடவியலாளர்கள் மூவகை மனித நாகரிகங்களை அடையாளம் காண்கின்றனர். மத்தியத் தரைக்கடல் நாகரிகம், ஆல்ப்ஸ் மலை நாகரிகம், நார்டிக் எனப்படும் வடமேற்கு ஐரோப்பிய நாகரிகம் ஆகியவையே அவை. அந்த ஆய்வில்தான் ஒரு நிலத்தில் வாழும் மக்களின்மீது அங்கு நிலவும் சுற்றுச்சூழல் தாக்கம் செலுத்துவதை அவர்கள் உணர்கின்றார்கள். எனவே, முதல் இரு நாகரிகங்களுக்குக் கடலின் பெயரையும், மலையின் பெயரையும் சூட்டினார்கள். நார்டிக் (nordic) என்பது யுரேசியா எனப்படும் பிளவுபடாத ஐரோப்பா மற்றும் ஆசியா பெருநிலப்பரப்பின் வடப்பகுதியாகும். அதனால், அப்பகுதிக்கு அப்பெயர் சூட்டப் படுகிறது.'

இச்செய்தியைக் கூறும் அவர், இதே வகை நிலப்பகுப்பு ஏற்கனவே தமிழில் உள்ளதே என்று அவற்றை ஐரோப்பிய நில வகைகளோடு ஒப்பிடுகிறார். மத்தியத் தரைக்கடல் நாகரிகம் - நெய்தல், ஆல்ப்ஸ் மலை நாகரிகம் - குறிஞ்சி, நார்டிக் நாகரிகம் - முல்லை. தொழில்மயமாக்கலால் ஆற்று நாகரிகமான மருதம் அங்குப் புறக்கணிக்கப்பட்டிருந்தது. ஐரோப்பாவில் பாலைவனம் ஏதுமில்லை என்பது அவரின் ஒப்பீடு. (I-1989:15)

ஆக, ஒரு நிலத்தில் வசிக்கும் மக்களின்மீது அங்குள்ள சுற்றுச் சூழல் செலுத்தும் தாக்கம் 19ஆம் நூற்றாண்டில்தான் ஐரோப்பாவில் உணரப்படுகிறது. அதன்பிறகே, 1935இல் 'ஈகோசிஸ்டம்' என்கிற சொல் அங்கு உருவாக்கப்படுகிறது. ஆனால், அதே சூழலியல் கோட்பாடு தொல்காப்பியத்தில் குறிக்கப்பட்டுப் பல நூற்றாண்டுகள் கடந்துவிட்டன.

'சிஸ்டம்' என்கிற சொல் மேற்குலகில் எப்படிப் பொருள் கொள்ளப்படுகிறது என்பது சிந்தனைக்குரியது. அதை எழுத்தாளர் பாமயன் விளக்குவதைக் கேட்போம்: 'மேற்கத்திய சிந்தனை, 'சிஸ்டம்' (system) என்று குறிப்பிட்டாலும் அதை, 'ஸ்ட்ரக்சர்' (structure) என்பதாகவே பார்த்தது. சிஸ்டம் என்கிற சொல்லுக்குத் தமிழில், 'அமைவு' என்றும், ஸ்ட்ரக்சர் என்ற சொல்லுக்கு, 'அமைப்பு' என்றும் பொருள் கொள்ளலாம். 'அமைவு' என்றால் உயிருள்ளது. 'அமைப்பு' என்றால் அது உயிரற்றது. மேற்கத்திய சிந்தனை இயற்கையை ஓர் அமைப்பாகவே அதாவது, உயிரற்ற தாகவே பார்த்தது. ஆனால், திணைக்கோட்பாடு அதை அமைவாக அதாவது, உயிருள்ளதாகக் கண்டது' என்பார், அவர். (2012:13,14)

அமைப்பு என்பது செயற்கையானது என்பதால், அதில் ஒன்றை இணைக்கவோ நீக்கவோ முடியும். ஒரு கட்டடம் உள்ளது என்றால், அதில் ஒரு படியைச் சேர்க்க முடியும் அல்லது நீக்கவும் முடியும். அதனால், கட்டடம் என்கிற அமைப்புக்குப் பாதிப்பு ஏதுமிருக்காது. ஆனால், அமைவு என்பது உயிருள்ளது என்பதால் அப்படிச் செய்ய இயலாது என்பார் பாமயன். உடல் என்பது உயிருள்ள ஓர் அமைவு. அதில் சிறுநீரகம் என்பது வடிகட்டியாகச் செயல்படும் ஓர் உறுப்பு. அதை நீக்கிவிட்டு, அதற்குப் பதிலாக ஒரு தேநீர் வடிகட்டியை இணைக்க முடியுமா?

இந்த மேற்கத்திய சிந்தனைமுறை, தமிழில் ஊடுருவிய பிறகே நம் இயற்கையின் அழிவு வேகமெடுக்கத் தொடங்கியது. ஆறு என்பது ஓர் இயற்கை அமைவு. அதில் தண்ணீர் என்பது மேலாகத் தானே ஓடுகிறது என்று அடியிலுள்ள மணலைப் பிரித்தெடுத் தோம். அதாவது, நம் அமைவை அமைப்பாகப் பார்க்கத் தொடங்கினோம். இன்று நிலத்தடிநீரை இழந்து, தவியாய்த் தவிக்கிறோம். இது திணைக்கோட்பாட்டைப் புறக்கணித்ததன் விளைவு.

இவ்விடத்தில் ஒரு வினா. உலகின் வேறெந்த நாகரிகத்திலும் இதுபோன்ற சூழலியல் கோட்பாட்டுச் சிந்தனை இருந்ததில்லையா? இருந்தது. ஆனால், அவை எதுவும் நமது திணைக் கோட்பாடு அளவுக்குப் பொருத்தமானதில்லை. தற்கால அறிவியலுக்கும் பொருந்துவதாக இருக்காது. தவிர, மற்றவர்களுக்கு அது வெறும் கருத்தியல் என்ற அளவிலேயே நின்றபோது, திணைக் கோட்பாட்டைத் தம் வாழ்வியலாகக் கொண்டிருந்தார்கள் பண்டைத் தமிழ் மக்கள்.

தற்கால அறிவியல் 'சூழல் அமைவை' (Ecosystems) எப்படி வகைப்படுத்துகிறதோ, அதே வகைமையிலேயே நம்முடைய திணைப் பகுப்பும் அமைந்துள்ளது என்பது குறிப்பிடத்தக்கது. சூழல் அமைவு குறித்த நேசனல் ஜியாகிரபியின் விளக்கம் இது:

'சூழல் அமைவு என்பது உயிருள்ள (Biotic) மற்றும் உயிரற்ற (Abiotic) காரணிகளின் தொகுப்பு. தாவரங்கள், விலங்குகள், நுண்ணுயிரிகள் போன்றவை உயிருள்ள காரணிகள். பாறைகள், வெப்பம், ஈரம் போன்றவை உயிரற்ற காரணிகள். சூழல் அமைவில் இவை ஒன்றுக்கொன்று நேரடியாகவோ, மறைமுகமாகவோ தொடர்பில் உள்ளன. சான்றாக, ஓரிடத்தின் வெப்பநிலை மாறுபட்டால், அது அங்கு வளரும் தாவரத் தொகுதியில் அது பாதிப்பை உருவாக்கும்.'

கடைசி வரிக்குத் தமிழில் உள்ள எடுத்துக்காட்டே 'பாலை' நிலம். முதல் விளக்கத்தின்படி நமது ஒவ்வொரு திணையும் பறவைகள், விலங்குகள், தாவரங்கள் போன்ற உயிருள்ள காரணிகளின் தொகுப்பாகவும், மலை, நீர்நிலை, வானிலை போன்ற உயிரற்ற காரணிகளின் தொகுப்பாகவும் இருப்பதைக் காணலாம். இது தற்பெருமைக் கூற்றில்லை. இதை அடுத்தவர் எடுத்துச் சொன்னால் நமக்கு இன்னும் ஆழமாகப் புரியும். நம் பக்கத்து மாநிலமான கேரளாவின் மலையாள மொழி அறிஞர் கெ. அய்யப்பப் பணிக்கர் கூறுவதைக் கேளுங்கள் (2016:120):

"தொல்காப்பியத்தின் பொருளதிகாரம்தான் திராவிட இலக்கியச் சிந்தனையின் உயிர்மை (பீஜ) வடிவம். அதை வளர்த்தெடுத்தால் ஒருவேளை உலகிலேயே மிகத் தொன்மையான விழுமியம் கொண்ட ஒரு சூழலியல் அழகியல் கோட்பாட்டை நாம் பெறலாம்."

*

4 இயற்கையா? கடவுளா? தமிழ் எந்தப் பக்கம்?

இயற்கை என்றால் என்ன? என்று ஒருவரிடம் கேட்டால், தற்காலத் தமிழில் 'நேச்சர்' என்று பதில் வருகிறது. நாம் கேட்க விரும்புவது அதன் விளக்கம். "இயற்கை என்ற சொல் இயல் + கை எனப் பிரிந்து புணரும். இயல் என்பது வினைச்சொல்லாக இருந்து அத்துடன் வருமொழியாகிய 'கை' என்ற தொழிற்பெயராக்க விகுதி இணையும்போது 'இயற்கை' என்ற பெயர்ச்சொல்லாகத் தோன்றும். ஒன்றன் செயலைக்கொண்டு அமைந்து தொழிற் பெயராக அமைந்துள்ளது" என்கிறார், சோ.குருசாமி. (2012:2)

ரொம்ப இலக்கணமாக இருக்கிறதா? சரி, நாம் இதற்குள் முழுவதும் நுழைய வேண்டாம். நாம் 'ஒன்றன் செயலை' என்கிற சொற்களை மட்டும் எடுத்துக்கொண்டு, வெளியேறுவோம். ஒன்றன் செயல் என்றால், எதனுடைய செயல்? அது கடவுளின் செயலா? நாம் யோசிக்கலாம்.

இயற்கையைக் கடவுளின் செயல் என்பது ஆன்மீகம். தமிழும் அப்படிக் கூறியிருந்தால் அதற்கு எச்சிறப்பும் இருந்திருக்காது. சமஸ்கிருதம் போல ஓர் ஆன்மீக மொழியாக அது ஒதுக்கப் பட்டிருக்கும். ஆனால், தொல்காப்பியம் மாற்றி யோசிக்கிறது: (தொல்.பொருள்.மரபு.நூ.635)

> 'நிலம் தீ நீர் வளி விசும்பொடு ஐந்தும்
> கலந்த மயக்கம் உலகம் ஆதலின்'

உலகம் இப்படித்தான் ஐம்பூதங்களும் கலந்து உருவானது. எனவேதான், "ஐம்பூதங்களின் செயலை விளக்கவும் இயற்கை என்ற பெயர்ச்சொல் கையாளப்படுகிறது எனலாம்" என்கிறார், சோ.குருசாமி. அதாவது, 'ஒன்றன் செயல்' என்பது ஐம்பூதங்களின் செயல். பெரும்பாலான அகராதிகளும் இயற்கை என்றால், 'இயல்பு' என்கின்றன. கடவுளின் செயல் என்பதைவிட, ஐம்பூதங்களின் செயல் என்பதுதானே இயல்பாக இருக்க முடியும்?

"நிலம், தீ, நீர், காற்று, வானம் இந்த ஐம்பூதங்களும் இயற்பியல் சார்ந்தவை. இவை, ஒன்றோடொன்று கலந்த மயக்கமே உலகம். 'கலந்த மயக்கம்' என்பது வேதிவினை" என்று கண்ண பிரான் ரவிசங்கர் கூறும் விளக்கம் அறிவியலாகவும் அழகியலாகவும் ஒருசேர அமைகிறது. (2018:183) சுருக்கமாக, 'இயற்பியல் மற்றும் வேதியியலின் கூட்டு முயற்சியால் 'உயிரியல்' சார்ந்த உலகம் உருவாகியுள்ளது' என்கிறது தொல்காப்பியம். இது எவ்வளவு சிறப்பான 'சூழல் அறிவியல் சிந்தனை!'

உடனே, 'கலந்த மயக்கம்' என்கிற சொற்களைத் தனியே பிரித்துக்கொண்டு, 'கலந்தது யார்?' என்கிற கேள்வியை எவரும் எழுப்பிட முடியாது. காரணம், இயற்கையின் தோற்றத்துக்குக் காரணம் கடவுள் என்னும் கருத்துத் தொல்தமிழ் இலக்கியங்களில் காணப்படவில்லை.

இயற்கைக்குத் தெய்வீக ஆற்றல் இருக்கிறது. அது கடவுளுக்குக் கட்டுப்பட்டது என்பன போன்ற கருத்துக்கள் பக்தி இலக்கியக் காலத்தவை என்கிறார், சோ.குருசாமி. (2012:63) பழைய இலக்கியங்கள் கடவுள் வாழ்த்துடன் தொடங்குவதே வழக்கம். ஆனால், 'தொல்காப்பியத்திலே நூலின் முதல் உறுப்பாகக் கடவுள் வாழ்த்துக் குறிக்கப்படவில்லை' என்கிறார் கைலாசபதி. (2017:51)

அப்படியானால், 'கடவுள், தெய்வம் பற்றித் தொல்காப்பியம் குறிப்பிடவே இல்லையா? என்றால் 'குறிப்பிடுகிறது' என்பது தான் பதில். ஆனால், இன்றைக்கு இருப்பது போல நிறுவனம் சார்ந்த கடவுளாக அது இல்லை. தொல்காப்பியத்தில் 'சமயம், மதம்' போன்ற சொற்கள் இல்லை என்பதும் குறிப்பிடத்தக்கது. (சி.ஆரோக்கியசாமி, 2019:8) தவிர, தெய்வம் என்பதற்குத் தொல்காப்பியம் தந்திருக்கும் இடத்தையும் நாம் சற்றுக் கவனிக்க வேண்டும்: (தொல்.பொருள்.அகத். நூ.18)

'தெய்வம் உணாவே மா மரம் புள் பறை
செய்தி யாழின் பகுதியொடு தொகைஇ
அவ் வகை பிறவும் கரு என மொழிப'

உணவு, விலங்கு, மரம், பறவை, பறை தொழில், யாழ் போன்ற வற்றுக்கு இணையாகத் தெய்வம் வைக்கப்படுகிறது. அதாவது, கருப்பொருளின் பட்டியலில் ஒன்றாகவே அது குறிப்பிடப்படுகிறது. முதல் எனப்படும் நிலம், பொழுதினை உரிப்பொருளுடன்

இணைக்கும் கூறுகளே கருப்பொருள். உரிப்பொருள் என்றால் புணர்தல், இருத்தல், ஊடல், இரங்கல், பிரிதல் ஆகிய மாந்தர் உணர்வுகள். இன்னும் தெளிவாகச் சொல்ல வேண்டுமானால் முதல் எனும் அரங்கில் உரிப்பொருள் எனும் நாடகம் அரங்கேற உதவும் அரங்கச் சாதனங்களாகவே (செட் பிராப்பர்ட்டி) கருப்பொருள் அமைகிறது.

ஐந்திணைகளும் ஐந்து அரங்கங்கள். அவற்றில் தனித்தனியே ஐந்து நாடகங்கள் அரங்கேறுகின்றன. அவை அனைத்துக்கும் தனித்தனியே கருப்பொருளும் அமைந்துள்ளது. நெய்தலின் கருப்பொருளுள் ஒன்றான சுறா, குறிஞ்சியில் நீந்துவதாக மாற்றி எழுதினாலோ, மருதத்தில் விளையும் நெல் பாலையில் சாகுபடி செய்வதாக எழுதினாலோ நாடகம் எப்படிச் சிறக்கும்? அது போலத்தான் ஐந்திணைகளின் கடவுள்களும் அமைந்துள்ளனர்.

ஒரு திணையின் கடவுளுக்கு மற்றொரு திணையில் வேலை கிடையாது அல்லது, தெரியாது. ‘பூவும் புள்ளும் எவ்விடத்தும் மயங்கும்’ என்ற நூற்பா உள்ளது. இதன் பொருள் பூக்களும் பறவைகளும் திணை மாற முடியும். முல்லைத்திணையின் தலைவி முல்லைப் பூவைச் சூடி, மருதத்திணைக்குள் நுழைய முடியும். அதேபோல ஒரு பறவை ஒரு திணையிலிருந்து மறுதிணைக்குப் பறக்கப் பாஸ்போர்ட் தேவையில்லை. ஆனால், கடவுள்களுக்கு இந்த விதிவிலக்கு வழங்கப்படவில்லை.

பாலையில் போர் புரியும் வீரர்களைக் காக்கும் கொற்றவை, ஆழ்கடல் மீன்பிடிப்பில் கடும்புயலில் சிக்கும் மீனவரைக் காப்பற்ற முடியாது. அதற்கு வருணன் தேவை. வருணனுக்கும் முல்லைநில ஆயர்களின் ஆநிரைகளை மீட்கும் பாதை தெரியாது. எனவே, ஒட்டுமொத்த உலகையும் காக்கும் இன்றைய ஒற்றைப் பெருந் தெய்வக் கருத்துத் தொல்காப்பியத்தில் இல்லை எனலாம்.

ஆகவே, ‘திணைக்குரிய தெய்வங்கள் எவரையும் பெருந்தெய்வ மாகக் கொள்ளல் மரபில்லை’ என்கிறார் நிர்மல் செல்வமணி. அவ்வாறு கொண்டால், திணைகளுக்கு இடையேயான சமன்பாடு சிதையும். ஏனெனில், திணைகளுக்கு இடையே ஏற்றத்தாழ்வு கற்பிக்கப்படவில்லை என்பது அவரின் கூற்று. ***(1996:13)***

வடக்கே, ஆரியர்கள் தாம் வசித்த பகுதிகளைப் ‘பிரம்ம வர்த்தம்’, ‘ஆர்யவர்த்தம்’ என்று உயர்த்திப் பிடித்துப் பிற

நிலங்களைத் தாழ்த்தினர். அதுபோன்ற பாகுபாடு திணை களுக்குள் இல்லை. ஐந்திணைகளும் சரிசமமாக மதிக்கப்பட்டன. ஆகவே, எந்தவொரு திணைக்குரிய தெய்வமும் தனிப்பெரும் தெய்வமாக உருவெடுக்கவில்லை. ஆனால், பிற்காலத்தில் இது சீர்குலைக்கப்பட்டது.

சைவ சமயம் முகிழ்த்தபோது, சிவனே அதன் தலைமைத் தெய்வம் எனப்பட்டார். அதுபோலத் திருமால் வைணவத்தின் தலைமைக் கடவுளானார். இவை அந்தந்தச் சமயத்தவரின் விருப்பம். அதில் பிறர் தலையிட இயலாது. அதுபோன்றே அவர்களும் இயற்கை மரபான திணைக்கோட்பாட்டினுள் தலையிடுவதும் முறையற்ற செயல்தானே?

இங்குக் குறிஞ்சிக்குரிய சேயோனுடன் அவரின் தந்தையெனச் சிவன் இணைக்கப்பட்டார். முல்லை நில மாயோனுடன் திருமால் இணைக்கப்பட்டார். வைதீகம் மேற்கொண்ட இந்த முறையற்ற இணைப்புக் குறித்துப் பல தமிழ் அறிஞர்கள் ஏற்கனவே விரிவாக விளக்கிவிட்டதால், நாம் அதைக் கடந்துசெல்வோம். இணைப் புக்குப் பிறகு, அவரவர் தெய்வமே தலைமைத் தெய்வம் என்று உரிமைக் கோரல் நடைபெற்றது.

குறிஞ்சி சார்பான சிவனும், முல்லை சார்பான மாலும் தலைமைத் தெய்வப் போட்டியில் இருந்தனர். இதை ஏற்றால் பிற மூன்று திணைக் கடவுள்களின் மதிப்புக் குறையும். ஐந்திணைகளுள் குறிஞ்சி அல்லது முல்லை மட்டுமே மையமாகிவிடும். 'இது திணைக் கோட்பாட்டுக்கு எதிரானது' என்கிறார் செல்வமணி. (1996:14) ஒருவகையில் சூழலியல் பார்வையிலும் இது ஏற்புடையதே.

"ஒரு தெய்வ வழிபாடு என்பது பாலைவனத்தில் தோன்றிய தெய்வங்களின் தனிப்பண்பாக இருக்க, பல்லுயிரியம் சிறந்து விளங்கும் இடங்களின் தனிப்பண்பாகப் பலதெய்வ வழிபாட்டு முறை இருக்கக் காண்கிறோம்" என்பார் தனிநாயகம் அடிகள். (2014:2) தமிழ்நாடு, பல்லுயிர் செறிவுமிக்க வெப்பமண்டலப் பகுதி என்பதையும், ஐந்திணைகளுக்கும் வெவ்வேறு கடவுள்கள் குறிக்கப்பட்டுள்ளதையும் நாம் இதனுடன் ஒப்பிட்டுப் பார்க்கலாம்.

பல மதங்களின் கோட்பாட்டில் 'கடவுள்' என்பவரே முதற் பொருள். அது தமிழ்நாட்டிலும் இறக்குமதியாகவே அதுவரை தமிழ் மரபில் இல்லாத 'முதற்கடவுள்' என்னும் புதிய கருத்தாக்கம்

இம்மண்ணில் முளைவிடுகிறது. தொல்காப்பியம் முன்வைத்த 'முதல்' என்பது எது? கடவுளா?

> 'முதல் எனப்படுவது நிலம் பொழுது இரண்டின்
> இயல்பு என மொழிப இயல்பு உணர்ந்தோரே'
>
> (தொல்.பொருள்.அகத்.நூ.4)

என்ன தொல்காப்பியர் முதல் என்பது, 'நிலமும் பொழுதும்' என்று பொசுக்கென்று சொல்லிவிட்டார். இது நியாயமா? இப்படிச் சொல்லாமா? தொல்காப்பியரின் கருத்தைத் தமிழர்களின் கருத்தாக ஏற்றுக்கொள்ள முடியுமா? என்றெல்லாம் கேட்டால் தொல்காப்பியர் சொல்கிறார். 'இது என்னுடைய கருத்தல்ல. எனக்கு முன்னரே தமிழ்ச் சமூகத்தில் நிலைபெற்றுவிட்ட கருத்து. அதைத்தான் நான் மறுபடியும் எடுத்து மொழிகிறேன்' என்கிறார். 'மொழிப' என்று அவர் குறிப்பிடுவது அதையே.

முதல் எனப்படுவது, 'நிலமும் பொழுதும்' என்று பொருளதிகாரம் இயம்புவது இயற்கை அறிவியல். அது வைதீகக் கருத்தியலுக்கு எதிரானது. எனவே, பொருளதிகாரச் சிந்தனையை உடைக்கத் தொடர் முயற்சிகள் நடைபெற்றன. ஐந்திணை மரபை வைதீக மரபாக மாற்றும் அம்முயற்சிகளின் இறுதியில், 'இறையனார் அகப்பொருள்' என்னும் நூல் உருவாக்கப்பட்டது. அது, 'தொல் காப்பியம் வகுத்த அகத்திணையியல் மற்றும் ஐந்திணை ஒழுக்கத் துக்கு மாறாக இறைவனையே தலைவனாக வைத்துப் பொருந்தாக் காமம் பாடிய நூல்' என்பார் ஆரோக்கியசாமி. (2019:41)

இந்நூலுக்கு, நக்கீரர் என்பவர் வரலாற்றுக்குப் பொருந்தாத பல கற்பனைச் செய்திகளைக் கலந்து, ஓர் உரை எழுதினார். அது, ஒட்டுமொத்தமாக ஐந்திணை மரபை முடித்து வைத்தது. மறுபுறம் வைதீக மரபை வெற்றிகரமாகத் தொடங்கி வைத்தது. இறையனார் அகப்பொருள் முதல் நூற்பாவுக்கான உரையில் ஒரு கதை கூறப்பட்டது. அது, தொல்காப்பியத்தின் அதிகாரங்களுள் ஒன்றான பொருளதிகாரம் மட்டும் தொலைந்துபோனதைக் கூறும் கதை.

கடைச்சங்கம் முடியும் காலகட்டத்தில் பாண்டிய நாட்டில் பன்னிரண்டு ஆண்டுகள் பெரும் வறட்சி ஒன்று ஏற்பட்டது. மன்னர் புலவர்களை அழைத்து, வேறு நாடு சென்று பிழைக்க அறிவுறுத்தினார். வறட்சி நீங்கியதும் புலவர்கள் நாடு மீண்டனர்.

ஆனால், அவர்களுள் தொல்காப்பியத்தின் எழுத்து, சொல், யாப்புகளில் வல்ல புலவர்கள் மட்டுமே இருந்தனர். பொருளதி காரம் அறிந்தவர்கள் எவருமில்லை. மன்னருக்கு அது அதிர்ச்சியை அளித்தது. எழுத்தும், சொல்லும், யாப்பும் கற்பது பொருளதி காரத்தின் பொருட்டு அல்லவோ! பொருளதிகாரம் கிடைக்காமல் மற்றவற்றை வைத்துக்கொண்டு என்ன செய்ய? என்று மன்னர் கவலைப்பட்டார். அதைக் கண்ட சிவன் அந்நூலை மூன்று செப்பேடுகளில் எழுதித் தன் பீடத்தின்கீழ் வைத்தார். மறுநாள் கோவில் குருக்கள் அதைக் கண்டு, மன்னரிடம் ஒப்படைத்தார் என்று செல்கிறது அக்கதை. *(1953:6,7)*

இக்கதையின் நம்பகத்தன்மை ஒருபுறமிருக்க, இது பொருளதி காரத்தை இருட்டடிப்புச் செய்ய நடந்த முயற்சியே என்பது பல தமிழ் அறிஞர்களின் கருத்து. தெய்வப் படிமத்தின்கீழ்க் கண்டெடுக்கப்பட்ட பொருளதிகாரம் முழுமையாகக் கிடைத்ததா? அல்லது, இடைச்செருகலோடு கிடைத்ததா? என்பது அடுத்த கேள்வி. அதற்குக் கண்ணபிரான், பொருளதிகாரத்தில் 'வர்ண'க் கருத்துக்கள் ஊடுருவியுள்ளன. அதுவும் பொருந்தாத இடத்தில் அவை பொருத்தப்பட்டுள்ளன என்பதை நமக்குச் சுட்டிக்காட்டு கிறார். *(2018:185)* இது தொல்காப்பியப் பொருளதிகார மரபியலில் இடம் பெற்றுள்ள நூற்பா:

'மாற்ற அருஞ்சிறப்பின் மரபியல் கிளப்பின் / பார்ப்பும் பறழும் குட்டியும் குருளையும்' என முதல் வரியில் இருந்து எழுபது வரிகள் வரை உயிரினங்களின் ஆண் பெண் இளமை மரபுப்பெயர்களை அது பட்டியலிட்டுச் செல்கிறது. குறிப்பாக,

> **'குரங்கின் ஏற்றினைக் கடுவன் என்றலும்**
> **இருள்நிறப் பன்றியை ஏனம் என்றலும்**
> **எருமையுள் ஆணினைக் கண்டி என்றலும்'**

என்று செல்லும் வரிகள் சரியாக எழுபத்து ஒன்றாம் வரியில் திடுமெனத் திசை மாறுகிறது.

> **'நூலே கரகம் முக்கோல் மனையே**
> **ஆயும் காலை அந்தணர்க்கு உரிய'**

மேலும் தொடருகையில்,

> **'தெரிவு கொள் செங்கோல் அரசர்க்குரிய**
> **வைசிகன் பெறுமே வணிக வாழ்க்கை'**

என்றெல்லாம் வருகிறது. குரங்கு, பன்றி, எருமை, அடுத்து; அந்தணர், அரசர், வைசிகன். ஏதாவது ஒன்றுக்கொன்று தொடர்பு இருக்கிறதா? என்று கேட்கிறார், கண்ணபிரான். இதில் வைசிகன் என்னும் சொல் பழந்தமிழ்ச் சொல் கிடையாது என்பர் அறிஞர்கள். எண்பத்து ஐந்தாம் வரி வரை இப்படிச் செல்லும் பாடல் எண்பத்து ஆறாவது வரியில் மீண்டும் பழைய தடத்தைப் பிடிக்கிறது:

'புறக் காழனவே புல் என மொழிப
அகக் காழனவே மரம் என மொழிப'

என்று நகர்ந்து செடி, கொடி, மரப்பெயர்களைக் குறிக்கின்றது. எனவேதான், 'இந்த இடைச்செருகலைக் கேள்விக்குட்படுத்தாது உரையாசிரியர்களும் அப்படியே உரை எழுதினர்' என்கிறார், கண்ணபிரான்.

இதே மரபியலில்தான் தொண்ணூற்று ஒன்றாவதாக, 'ஐம் பூதங்களும் கலந்த மயக்கம் உலகம்' என்னும் பொருள்படும் நூற் பாவும் இடம்பெற்றுள்ளது. நிலமும் பொழுதும் முதல் என்று தெளிவாக இயற்கை அறிவியலைச் சிந்தித்த பொருளதிகாரத்தில் இயற்கைக்குப் புறம்பான வருணக் கொள்கையான அந்தணர், வைசிகர் என்கிற சனாதனச் சிந்தனையின் நுழைவு நம்பும்படி யாகவா இருக்கிறது?

ஒருவேளை, முதல் எனப்படுவது 'கடவுள்' என்று தொல்காப் பியம் குறித்திருந்தால், சனாதனச் சிந்தனைக்கு இவ்வளவு துன்பம் நேர்ந்திருக்காதோ என்னவோ! ஆனால், அது அறிவியல் அல்லவே என வினவலாம். எந்தக் காலத்தில் சனாதனம் அறிவியலைப் பற்றிக் கவலைப்பட்டது? தமிழ், அறிவியலில் சிந்தித்த மொழி. அதனால்தான், முதல் எனப்படுவது, 'நிலமும் பொழுதும்' என்றது. நம் அன்றாட வாழ்விலும் அதுவே பொருத்தம்.

நாம், காலையில் எழுந்ததும் மணியைப் பார்க்கிறோம். இன்றைக்கு இந்தந்த நேரங்களில், இந்தந்த இடங்களில், இந்தந்தச் செயல்களைச் செய்ய வேண்டும் என்று திட்டம் தீட்டுகிறோம். இது, நம் மனதுக்குள் பொதிந்திருக்கும் இடம்-காலம் பற்றிய உணர்வாகும். இடம்-காலம் என்பதற்கு மாற்றாக, அந்த இடத்தில் கடவுள் என்று பொருத்திக் கொண்டால் செயல்கள் நடந்திடுமா? அனைத்தையும் கடவுள் பார்த்துக் கொள்வார் என்று ஏன் நாம் அமைதியாக இருப்பதில்லை?

அப்படியில்லை, அந்தச் செயல்களை நடத்துவது கடவுள்தான் என்பது நம் நம்பிக்கையானால், நாம் ஏன் 'காலம்' காட்டும் கடிகாரத்தைப் பார்க்க வேண்டும்? 'இடம்' குறித்த செயல்களைத் திட்டமிட வேண்டும்? ஆற்றுவெள்ளத்தில் அடித்துச் செல்லப் படுவது போல அதன் போக்குக்கு விட்டுவிடலாமே? இதற்கு விளக்கம் என்னவெனில், இடம்-காலம் என்பதுதான் மனிதச் சிந்தனையின் அடித்தளம். அதனால்தான், கடவுளுக்குரிய இடத் தையும் காலத்தையும்கூட நாமே தீர்மானித்தோம்.

அதே அடிப்படையில்தான் முதல் எனப்படுவது நிலம்-பொழுது என்று தொல்காப்பியமும் தீர்மானித்தது. அதை அறிவியல் சொற்களில் விரிப்போம் எனில், நிலம் என்பது 'வெளி'யாகவும் (Space), பொழுது என்பது 'காலம்' (Time) ஆகவும் மாறும். தற்கால உலகில் வெளி-காலம் குறித்த சிறந்த ஆய்வை மேற் கொண்டவர்களுள் ஒருவர் அறிவியலாளர் ஸ்டீஃபன் ஹாக்கிங். அவர் கூறும் நிகழ்வு ஒன்றைக் கேட்போம் *(2015:171,172):*

1981இல் வாடிகனில் கிறித்தவச் சபையார் அண்டவியல் மாநாடு ஒன்றை நடத்தினர். சில நூற்றாண்டுகளுக்கு முன்னர்ப் புவிக்கோளம்தான் ஞாயிற்றைச் சுற்றுகிறது என்று கூறியதற்காகக் கலிலியோவுக்குத்தண்டனைவிதித்தஒருமதம்,அண்டவியல்குறித்து அறிவுரை வழங்க அறிஞர்களை அழைத்து மாநாடு நடத்தியது ஒருவகையில் முன்னேற்றம்தான். அம்மாநாட்டில் அறிஞர் ஹாக்கிங்கும் பங்கேற்று உரையாற்றினார். அதில் வெளி -காலம் குறித்து ஹாக்கிங் பேசினார்.

வெளி-காலம் என்பது முடிவுள்ளதாக இருந்தாலும், அது எல்லையேதும் அற்றதாக இருப்பதற்குரிய வாய்ப்புப் பற்றி அவர் விவரித்தார். வெளி-காலம் என்பதற்குத் தொடக்கம் என்பதே இல்லை. எனவே, ஆதிப்படைப்புத் தருணம் என்பதும் இல்லை என்பது அதன் பொருள்.

மாநாட்டுக்குப் பின் தனிப்பட்ட முறையில் ஹாக்கிங்கிடம் உரையாற்றிய போப்பாண்டவர், ''மீவெடிப்புக்குப் (Big-bang) பிறகு ஏற்பட்ட படிமலர்ச்சி (பரிணாமம்) கோட்பாட்டை ஆய்வு செய்வதெல்லாம் சரி. ஆனால், மீவெடிப்பை ஆய்வு செய்யக் கூடாது. ஏனெனில், அதுவே ஆதிப்படைப்புத் தருணம். அது கடவுள் செயல்'' என்றாராம். இதைப்பற்றிக் குறிப்பிடும் ஹாக்கிங்,

'நல்லவேளை, நான் மாநாட்டில் நிகழ்த்திய உரையின் பொருள் அவருக்கு விளங்கவில்லை. கலிலியோவுக்கு ஏற்பட்ட அதே கதி, எனக்கும் நேரிடுவதை நான் விரும்பவில்லை' என்று நகைச்சுவையுடன் குறிப்பிடுகிறார்.

இங்கு, 'வெளி-காலம் என்பதற்குத் தொடக்கம் என்பதே இல்லை' என்கிற கருத்து முதன்மையானது. இந்த அறிவியல் கருத்துப் 'படைப்புக் கடவுள்' என்கிற கருத்தியலை மறுப்பதாகும். அதன்படி பார்த்தால், தொல்காப்பியம் அக்காலத்திலேயே 'முதல்' எனப்படுவது 'நிலம்-பொழுது' என்று முன்வைத்துள்ள சிந்தனை, ஒரு சூழல் அறிவியல் சிந்தனை. அது எத்தனை பெரிய புரட்சி?

*

5 சூழல் அழிந்தால் மொழியும் அழியும்

புகழ்பெற்ற ஆங்கில எழுத்தாளரும் தத்துவவாதியுமான ஆல்டஸ் ஹக்ஸ்லே தன் வாழ்வின் இறுதி காலத்தில் அந்தப் புத்தகத்தைப் படிக்கிறார். அது, Silent Spring என்கிற நூல் (தமிழில் 'மௌன வசந்தம்' என்ற பெயரில் வெளியானது). ரேச்சல் கார்சன் என்கிற பெண்மணி எழுதிய அந்நூல், உலகச் சுற்றுச்சூழல் வரலாற்றைத் தலைகீழாகப் புரட்டிப் போட்ட நூல். அதனால் அது, 'நவீனச் சுற்றுச்சூழலின் பைபிள்' எனப் போற்றப்படுகிறது.

சுற்றுச்சூழல் சீரழிவினால் உயிரினங்களுக்கு ஏற்படும் பாதிப்பை விரிவாகப் பேசிய அந்நூலைப் படித்து முடித்ததும் ஆல்டஸ் ஹக்ஸ்லே வேதனையுடன் இவ்வாறு சொன்னாராம். "ஆங்கிலக் கவிதையின் பொருள்வளத்தில் பாதியை நாம் இழந்து கொண்டிருக் கிறோம்."

சுற்றுச்சூழல் அழிவதால் ஆங்கில மொழியின் சொல்வளமும் அழிகிறது என்கிற ஆபத்தை உணர்ந்தே ஹக்ஸ்லே அவ்வாறு கூறினார். தமிழ் மட்டும் என்ன வாழ்கிறது?

டேவிட் கிறிஸ்டல் என்பவர், 'மொழியின் மரணம்' (Language Death) என்னும் நூலில், சுற்றுச்சூழலுக்கும் மொழிக்குமான உறவினைப் பற்றி நிறைய எழுதியுள்ளார். 'ஒவ்வொரு சமூகத் துக்கும் அதன் சுற்றுச்சூழலுடன் நெருங்கிய பிணைப்புள்ளது. அதுவே, மானுடச் சூழலியலின் தனித்துவமான கூறு. சுற்றுச்சூழலின் ஏதேனும் ஓர் உறுப்புப் பாதிக்கப்பட்டாலும், ஒட்டுமொத்த அமைப்புக்கும் அது எதிர்பாராத விளைவுகளை உருவாக்கும். அதில், மொழியும் அடக்கம்' என்பதே அவரின் பார்வை. (2014:42,43)

'ஒரு நிலத்தில் வாழும் ஓர் உயிரினம் அழிந்தால், அங்குப் பேசப் படும் மொழியிலுள்ள அவ்வுயிரினம் தொடர்பான சொற்களும் சேர்ந்து அழியும்' என்று இதை நாம் புரிந்துகொள்ளலாம். எடுத்துக் காட்டாக, நம் நிலத்திலிருந்து 'யானை' என்கிற உயிரினம் அழிந்தால்,

யானை தொடர்பான சொற்களைத் தமிழ் இழக்கும். அதிலும் குறிப்பாகத் 'தும்பிக்கை' என்கிற சொல் முற்றிலும் மறைந்துவிடும். ஏனெனில், தும்பிக்கை என்ற உறுப்பு மற்ற உயிரினங்களுக்குக் கிடையாது.

மொழி இழப்புக்கு அரசியல், பொருளியல் போன்ற பிற காரணங்களும் இருப்பது உண்மையே. ஆனால், அந்த அரசியலும் பொருளியலும், சூழல் சீரழிவின் மீதே கட்டமைக்கப்படுகிறது என்பதை நினைவு கொள்ளவும். இதுதவிர, இயல்பாகவே ஒவ் வொரு தலைமுறையிலும் சில சொற்கள் மொழியில் இருந்து தொலைந்து வருகிறது. ஒரு சொல் எப்படி நான்கே தலை முறைகளில் காணாமல் போகிறது என்பதைப் பேராசிரியர் பா.ரா.சுப்பிரமணியன் விவரிக்கிறார்.

முதல் தலைமுறையில் ஒரு சொல் புழக்கத்தில் இருக்கிறது என்று வைத்துக்கொள்வோம். இரண்டாம் தலைமுறை அச்சொல்லை அறிந்திருந்தாலும் அதைப் பயன்படுத்தாது, நினைவில் மட்டுமே தேக்கி வைத்திருக்கும். மூன்றாம் தலைமுறைக்கு அச்சொல் தெரி யாததால், வழக்கற்றுப் போய்விடுகிறது. இறுதியில், நான்காம் தலை முறையில் அச்சொல் முற்றிலும் மறைந்துவிடுகின்றது. இவ்வாறாகப் புழக்கத்திலிருந்த ஒரு சொல், புழங்காத சொல்லாகி, அடுத்து அறியாத சொல்லாகி, இறுதியில் முற்றிலும் மறைந்த சொல்லாக மாறிவிடுகிறது என்கிறார் அவர். **(2021:9)**

இதற்கு, ஒரு பொருளை கைக்கெட்டாத தொலைவில் வைக்கப் பயன்படுத்தப்பட்ட 'கடைக்கே' வை என்கிற நாஞ்சில் நாடன் கூறும் குமரி மாவட்ட சொல் வழக்கு ஒன்றைச் சான்றாகக் காட்டுகிறார் பேராசிரியர். என்னுடைய வாழ்க்கையில் இப்படி ஏதாவது ஒரு சொல் மறைந்து போயிருக்கிறதா என்று யோசித்துப் பார்த்தேன்.

நான், சிறுவனாக இருக்கும்போது பிறருடன் விளையாடாமல் எப்போதாவது தனியாக அமர்ந்திருப்பதைப் பார்த்தால் வீட்டில் 'ஏன் இப்படி 'ஓரி'யா இருக்கே. போய் விளையாடு' என்பார்கள். இது கீழத்தஞ்சை மாவட்டத்தில் புழக்கத்தில் இருந்த சொல். இரண்டாம் தலைமுறையான எனக்கு அது நினைவில் இருந்தாலும், நான் அதைப் பயன்படுத்தியதில்லை. என் மகளுக்கு அச்சொல் தெரியவே தெரியாது. அதற்கடுத்த தலைமுறையில் அது முற்றாக மறைந்துபோகும்தானே?

'ஓரி' என்றால் என்ன பொருள் என்று தேடிப்பார்த்தபோது மன்னரின் பெயர், நரி என்று பல்வேறு பொருள்கள் கிடைத்தன. எதுவும் பொருந்தவில்லை. இறுதியில், செந்தமிழ்ச் சொற்பிறப் பியல் பேரகரமுதலி முதல் மடலம் மூன்றாம் பாகத்தில் நான் தேடிய பொருள் கிடைத்தது. அதில், 'தனித்திருப்பவன்' என்று குறிப்பிடப்பட்டிருந்தது. (1907: 416)

எவ்வளவு அரிய சொல்! ஓரி என்னும் அந்த முதல் தலைமுறைச் சொல், என் தலைமுறையில் 'தனியாக' என்று மாறியது. என் மகளுக்கு அது 'லோன்லி.' அதற்கடுத்த தலைமுறைக்கு..? ஒரு தலைமுறை என்பது 25-30 ஆண்டுகள் என்று வைத்துக்கொண் டாலும், தோராயமாக ஒரு நூற்றாண்டுக்குள் ஒரு சொல்லை முற்றிலும் இழந்துவிடுகிறோம். சங்ககாலம் என்பதைத் தோராய மாக, ஈராயிரம் ஆண்டுகள் எனக் கொண்டால், இதுவரை நாம் எத்தனை சொற்களை இழந்திருப்போம்? என்று வினவுகிறார், பா.ரா.சு.

சங்க இலக்கியத்தில் இடம்பெற்ற 'மஞ்சு' என்ற சொல்லை அவர் சான்றாகக் காட்டுகிறார். 'மஞ்சு' என்கிற இச்சொல்லை முதன்முதலில் சவ்வாதுமலைப் பழங்குடிக் குழந்தைகள் சொல்லிக் கேட்டபோது அவ்வளவு மகிழ்ச்சியாக இருந்தது. அவர்களுடைய பேச்சு வழக்கில் இன்னும் இச்சொல் உயிர் வாழ்கிறது. மலை சார்ந்த மேலும் பல வட்டாரங்களிலும் இது வழக்கில் இருக்கலாம்.

'மஞ்சு' என்பதற்கு இணையாகச் சங்க இலக்கியத்தில் 17 சொற்கள் உள்ளன. 'மஞ்சு' என்கிற சொல்லே குறைந்தது பத்து முறை இடம்பெறுகிறது. அதே பொருள் தரும் மற்றொரு சொல் லான, 'எழிலி' ஏறக்குறைய 30 முறை வருகிறது. அதுபோலவே, கமஞ்சூல் (18 முறை), கொண்மூ (17 முறை), கொண்டல் (குறைந்தது 10 முறை), மங்குல் (8 முறை), தளி (குறைந்தது 5 முறை), முகில் (3முறை) ஆகியவை இடம்பெறுவதைப் பட்டியலிடுகிறார், பா.ரா.சு. (2021:25)

இவை வெறுமனே மஞ்சுவுக்கு மாற்றுச் சொற்கள் மட்டுல்ல. சில பெயர்கள் இன்றைய அறிவியல் வகைப்பாட்டோடும் ஒத்துள்ளன. உலக வானிலை அமைப்பு மஞ்சுத்திரளை அவற்றின் வடிவம், உயரம், இயக்கம் ஆகியவற்றைப் பொறுத்து ஆங்கிலத்தில், 'Cumulus, Stratus, Cirrus' என்று மூன்று பிரிவுகளாக வகைப்படுத்துகிறது.

இவற்றைக் குறிக்கத் தமிழிலும் பெயர்கள் இருந்தன என்கிறார் எழுத்தாளர் பாமயன். (தமிழினி, ஜூன், 2008)

Cumulus என்றால் மங்குல். அது பெருமழையைக் கொட்டுவது ('மங்குல் மாமழை வீழ்ந்தென' - குறுந்.90). அதுபோல Stratus என்றால் கொண்டல். வெண்ணிற அடுக்காகத் தென்படுவது ('கொண்டல் அவரைப் பூவின் அன்ன' - ஐங்.209). இறுதியாக, Cirrus என்பது கொண்மூ. அவை பஞ்சு இழைகளைப் போலக் காணப்படுபவை. ('இருங்கிளை கொண்மூ' - அகம்.139). இடி யுடன் கூடிய மழையைக் கொண்டு வருவது எழிலி. எப்போதும் உறுமிக்கொண்டும் ஒலி எழுப்பிக் கொண்டும் இருப்பதால் அது, 'பறைக்குரல் எழிலி' (அகம்.23) எனப்பட்டது. அதுபோல மஞ்சு எனப்பட்டது எழிலியைவிடச் சற்று உயரத்தில் அமைந்திருக்கும். தூறல் போன்ற மெல்லிய மழையையும் பனியையும் கொடுக்கும். 'புகைபுரை அம்மஞ்சு ஊர' (அகம்.97) என்று மேலும் விளக்குவார், பாமயன்.

இத்தனை சொல்வளமும் பொருள்வளமும் கொண்ட சொற்கள் அனைத்துமே இன்று காலமழையில் கரைந்துவிட்டன. ஆனால், தமிழில் ஒருமுறை மட்டுமே தலைகாட்டிய 'மேகம்' என்னும் சொல் (பரிபாடல் திரட்டு முதல் பாட்டு, அடி 51) இவை அனைத்துக்கும் மாற்றாக இக்காலத் தமிழில் நிலைத்துவிட்டது என்று வருந்துகிறார், பா.ரா.சு. (2021:26)

'மேகம்' என்பது வடமொழி வரவு. இதற்கு ஈடாக, ஏன் இச் சொல்லைவிடவும் பொருள் செறிவுடைய மற்ற அத்தனை சொற் களையும் 'மேகம்' கொன்றுவிட்டது. தற்போது மேகத்தையும் கொல்ல வேறொரு புதிய சொல் வந்துள்ளது. அது, 'கிளவ்டி.'

"ஒரே 'மேக' மூட்டமா இருக்குல்லே?"

"ஆமாம். 'கிளவ்டி'யா இருக்கு."

*

6 தொல்காப்பியம்
ஒரு சுருக்கெழுத்துப் பிரதி

ஒரு பள்ளியில் மாணவர்களுடன் உரையாடச் சென்றிருந்தேன். திணைகள் குறித்துப் பேச்சு வந்தது. நம்முடைய திணைகளைக் குறிக்கும் பூக்கள் பற்றித் தற்காலக் குழந்தைகளுக்கு ஏதேனும் தெரியுமா? என்று அறிய விரும்பினேன். புறத்திணைப் பூக்களான, 'தும்பை, வாகை, நொச்சி, உழிஞை, கரந்தை, வெட்சி, வஞ்சி' ஆகிய ஏழு பூக்களின் பெயர்களைச் சொல்லி, அடையாளம் கேட்டேன்.

முதல் மூன்று பூக்களின் பெயர்களை மாணவர்கள் சரியாகச் சொல்லினர். பிந்தைய நான்கு பூக்களான 'உழிஞை, கரந்தை, வெட்சி, வஞ்சி' ஆகியவற்றின் அடையாளம் அவர்களுக்குத் தெரியவில்லை. அப்போது ஒரு மாணவி மட்டும் எழுந்து, 'அந்தப் பூக்கள் எல்லாம் இப்போது அழிந்துவிட்டன' என்றார். எல்லோரும் சிரித்துவிட்டனர்.

நான் சிரிக்கவில்லை. அம்மாணவியை மேலும் விசாரித்தபோது, அது அவருடைய ஆசிரியர் சொல்லித் தந்த பதில் என்பதை அறிந்தேன். அது சற்று அதிர்ச்சியாக இருந்தது. நமக்கு ஒன்றைப் பற்றி ஏதும் தெரியாவிடில், அதை அழித்துவிடுவது எவ்வளவு எளிதாக இருக்கிறது?

நாம் திணைகளுக்குப் பூக்களின் பெயர்களைச் சூட்டியுள்ளது குறித்து இனவரைவியல் அறிஞர்களுக்கும் தொல்குடி ஆய்வாளர்களுக்கும் வியக்கின்றனர். பொதுவாகப் பழங்குடி மக்கள் தம் நிலத்துக்கு அதன் முதன்மையான விளைபொருள் பெயரையோ, தொழில் பெயரையோ வைப்பதே வழக்கம். ஆனால், தமிழ்ப் பழங்குடி மக்களோ பூக்களின் பெயரைச் சூட்டியது இயற்கை நிகழ்வுகளைப் பகுப்பதில் அவர்கள் அடைந்திருந்த உயர்நிலை அறிவுக்குச் சான்று என்கின்றார் தனிநாயகம் அடிகள். (2014:38)

அப்படிப்பட்ட பூக்களுக்கு நேர்ந்த கதியைப் பார்த்தீர்களா? அவை அழிந்துவிட்டனவாம். "அப்பூக்கள் எதுவும் அழியவில்லை. தற்காலத்தில் அவற்றின் பெயர்கள் மட்டும் மாறியுள்ளன" என்று கூறிவிட்டு, விளக்கத் தொடங்கினேன்.

'உழிஞை' என்பது இன்றும் அதே பெயரில் குமரி மாவட்ட மக்கள் பேச்சுவழக்கில் உள்ளது. பிற பகுதிகளில் அதை, 'முடக்கத் தான்' என்பர். ஆம், மூட்டுவலிக்கு மருந்தாகப் பயன்படும் முடக் கறுத்தான் கொடியே அது.

'கரந்தை' என்பது கோடைக்கால வயல்களில் காணப்படும் சிறு செடி. அதன் பூக்கள் செந்நீலம் (வயலட்) மற்றும் வெண்ணிறத்தில் இருக்கும். வாடாமல்லிப் பூவைப் போன்ற வடிவத்தில், ஆனால் அதைவிடச் சிறிய அளவில் காணப்படும். அதன் பெயர் இன்றும் கரந்தையே.

கொத்தாகப் பூக்கும் செந்நிறப் பூக்களைக் கொண்டது 'வெட்சி.' இன்று தோட்டங்களில் அதுவொரு அழகுச் செடியாக வளர்க்கப் படுகிறது. வடமாவட்டங்களில் அதை, 'இட்லிப்பூ' என்பர். தென் மாவட்டங்களில் 'விரிச்சிப்பூ' என்று அழைக்கின்றனர்.

'வஞ்சி' என்பதில் கொடி, மரம் என்று இருவகை உண்டு. கொடியைச் சித்த மருத்துவத்தில், 'சீந்தில் கொடி' என்பர். பெண் களின் இடுப்பை 'வஞ்சிக் கொடி இடையாள்' என்று வருணிக்கப் பயன்படுத்துவது கொடி வகையே. ஆனால், திணைப்பெயராகச் சுட்டப்படும் வஞ்சி மர வகை. இம்மரத்தின் இன்றைய பெயர் பூவரசு.

சரி, ஐந்திணைப் பூக்களையாவது நமக்கு ஒழுங்காக அடை யாளம் தெரியுமா? பலருக்கும் சரியாகத் தெரியாது. இப்பூக்கள் குறித்த அடையாளங்களைத் தமது 'தமிழரும் தாவரமும்' என்கிற நூலில் கு.வி. கிருஷ்ணமூர்த்தி அவர்கள் தெளிவாக விளக்கியுள்ளார்.

முல்லை மற்றும் பாலைப் பூக்களுக்கு இன்றும் அதே பெயர் தான். குறிஞ்சியில் பல வகைகள் இருந்தாலும், திணைப் பெய ராகக் குறிப்பிடப்படுவது, நீலக்குறிஞ்சி. கடற்கரையோர நீர் நிலைகளில் நீலம் கலந்த வெண்ணிறத்திலுள்ள மலரே நெய்தல். தோற்றத்தில் அல்லியை ஒத்திருக்கும். மருதமரத்தை அடையாளம் காண்பதில்தான் சிக்கல் எழுந்தது. பலர் அதை நீர்மருது என்று நினைத்தனர். திணையாகக் குறிப்பிடப்படும் மருதம் என்பது இளம் செந்நிறத்தில் பூக்கும் 'பூமருது' ஆகும்.

திணைப் பெயர்கள் வெறும் பூக்களின் பெயராக மட்டும் சுருங்கிவிடவில்லை. அது, 'முதல்' எனப்படும் 'நிலம், பொழுது' என்பதோடும் அவ்வளவு அழகாகப் பொருந்தும்.

குறிஞ்சி என்பது மலை. மலை என்றாலே குளிர். குளிருக்குரியது முன்பனிக்காலம். எனவே, அது குறிஞ்சியின் பெரும்பொழுது. குளிர் மிகுவது நள்ளிரவில் (யாமம்). ஆகவே, அது சிறுபொழுது.

முல்லை என்பது காடு. காடு மழையால் செழிப்பது. எனவே, கார்காலம் பெரும்பொழுது. முல்லை மலரும் நேரம் மாலை. ஆகவே, அது சிறுபொழுது.

மருதம் என்பது வயல். நீர்வளம் மிகுந்த வயலில் ஆண்டு முழுதும் பயிர் செய்யலாம். எனவே, ஆறு பருவங்களும் அதன் பெரும்பொழுது. பயிர்த்தொழில் தொடங்கும் நேரம் வைகறை. அது சிறுபொழுதானது.

நெய்தல் என்பது கடல். கடலில் ஆண்டு முழுதும் மீன் பிடிப்புண்டு. ஆகவே ஆறுபருவங்களும் பெரும்பொழுதானது. உப்பு முதலிய கடற்சார் தொழில் முடியும் நேரம் எல்பாடு. எனவே, அது சிறுபொழுது ஆகியிருக்கலாம்.

பாலை என்பது மணற்பகுதி. கடும் வெயிலுக்குரிய பருவமான வேனில் பெரும்பொழுது. வெப்பம் உச்சம் பெறும் நண்பகல் சிறு பொழுது.

நிலம், பொழுதுடன் மட்டும் பொருந்தினால் போதுமா? உரிப் பொருளான ஒழுக்கத்துடன் பொருந்த வேண்டாமா? 'அகத் திணைத் தெளிவி'ல் அறிஞர் வீ.ப.கா. சுந்தரம் அதை விளக்குகிறார். (இளங்குமரன், 1971)

குறுகுதல் குறிஞ்சியாகும். 'குறுகுதல்' என்றால் நெருங்குதல், அணைதல், சேர்தல், இணைதல், புணர்தல். குறள் ஒன்றில் (1104) இடம்பெறும் 'குறுகுங்கால்' என்னும் சொல்லுக்கும் நெருங்கிச் சேருங்கால் அல்லது, புணருங்கால் என்பதே பொருள். எனவே, குறுகுதல் (நெருங்கிப் புணர்தல்) என்னும் பொருள் கொண்ட தொழிற்பெயர்தான் குறிஞ்சி. இது, காரணத் தொழிற்பெயராகும்.

முல்லை என்றால் இயல்பு, நிலை, தன்மை. தன்னிலை மாறிய வரை 'மொல்லை மாறி (முல்லை மாறி) என வைகிறோம். 'முல்' என்பதே முலை ஆயிற்று. பெண்ணின் இயல்பை மிகுதிப்படுத்தும்

உறுப்பு என்பதால், 'முலை' ஆயிற்று. அகப்பொருளிலே அது அன்பு மிகுதிப்படுதல். தலைவனும் தலைவியும் பிரிவால் வருந்தி ஏங்கும் அன்பு மிகுந்திருத்தலே முல்லை.

மருவுவது மருதம். மருவுதல் என்றால் கலத்தல், கிட்டுதல், தழுவதல். மருமகள் என்றால் வீட்டில் புதிதாய் வந்து கலந்த மகள். மரு+து+அம் = மருதம். ஊடல் என்பது பிரிவும் அன்று, புணர்தலும் அன்று. இரண்டுக்கும் இடைப்பட்ட நிலை. தலைவியின் அன்பைப் பெற, அவளை மருவி (சார்ந்து) நிற்கும் நிலையே மருதம்.

நெய்தல் என்றால் உருகுதல். உழுதல் போன்று இது 'தல்' விகுதி பெற்ற தொழிற்பெயர். பிழிந்தெடுத்த நீர்த்தன்மை உடைய இளகுபொருள் 'நெய்'. உருகுதாலும் வரும் பொருளும் நெய் எனப் படும். உருக்கம் என்பதும் இரக்கம் என்பதும் ஒன்றே. எனவே, இரங்கலும் இரங்கல் நிமித்தமும் நெய்தலாகும். நெய்தற் பறை என்பதற்கும் இரங்கற்பறை என்றே பொருள்.

பாலை என்பதன் வேர்ச்சொல் 'பால்' ஆகும். பால் என்பது பகுப்பு என்னும் பிரிவு. ஆண்பால், பெண்பால் போல. ஆவின் பால் இரத்தத்திலிருந்து பிரிந்தமையால், 'பால்' ஆயிற்று என்பது விளக்கம்(?). இவ்வாறு முதல், உரி, கருப்பொருளுடன், ஐந்து திணைகளும் பொருந்துவதைப் பார்த்தோம். இப்போது ஒரு கேள்வியை முன்வைப்போம்.

திணை என்றால் என்ன?

திணை பற்றி இவ்வளவு நேரம் பேசிவிட்டு, இதென்ன திடீர் கேள்வி? உண்மையைச் சொன்னால், இதற்கான விடை இன்னும் நமக்குத் தெளிவாகத் தெரியவில்லை. தமிழறிஞர்கள் இடையே இது குறித்து ஒரு வழக்காடு மன்றமே நெடுங்காலமாக நடக் கின்றது. ஏனெனில், 'தொல்காப்பியம், திணை என்ற சொல் குறித்து வரையறை எதனையும் செய்யவில்லை. எல்லாமே உரை யாசிரியர்கள் தரும் விளக்கம்தான்' என்கிறார் பேரா.சிவத்தம்பி. ***(2019:47)***

இவ்வழக்கினை இரு பிரிவுகளாகப் பிரிக்கலாம். ஒன்று, திணை என்றால் 'நிலம்' என்னும் பிரிவு. மற்றொன்று, 'ஒழுக்கம்' என்னும் பிரிவு. எனினும், திணையை இப்படி ஒற்றை அடையாளத்தில் சுருக்கிட முடியாது என்பது ஆய்வியல் கருத்து.

'திணை தனக்குள் பல்வேறு கூறுகளைக் கொண்டுள்ளது. சமூகம், பண்பாடு, புவியியல் போன்ற பல கூறுகள் இருந்தும் உரையாசிரியர்களுக்கு என்றுமே இலக்கியக்கூறே முதன்மையாக இருந்தது. அவர்களுக்கு அதன் சமூகப் பாதிப்புக் குறித்து ஆர்வம் இருந்ததில்லை' என்கிறார் பேரா.சிவத்தம்பி. (2019:48) மேற்கண்ட பட்டியலில் சூழலியலையும் இணைக்க முடியும் என்று நம்புகிறேன். அதற்கான அடிப்படையாகப் பேரா.கைலாசபதி அவர்கள் ஐவகை நிலங்களை 'இயற்பியல் புவியியல் சார் நிலங்கள்' (Physiographical Regions) என்று அடையாளப் படுத்தியிருப்பதைக் குறிப்பிடலாம். (சிவத்தம்பி, 2019:8)

தொல்காப்பியம், ஏன் திணைக்கு வரையறை செய்யவில்லை? இதற்கு, அய்யப்பப் பணிக்கர் கூறும் பதில் பொருத்தமாக இருக்கின்றது. "தொல்காப்பியம் ஒரு சுருக்கெழுத்துப் பிரதி. மிகமிக அவசியமான தகவல்கள் மட்டுமே, மிக மிக நுண்மையாகவும் சுருக்கமாகவும் பொருளதிகாரத்தின் பக்கங்களில் கூறப்பட்டுள்ளன." (2012:125)

இந்தச் சுருக்கெழுத்தை நாம் விரிவுப்படுத்திட வேண்டும் என்பது அவரின் கருத்து. அதற்கான முயற்சியில் ஈடுபட்டவர்களுள் ஒருவர், பி.டி.சீனிவாச அய்யங்கார். அவருடைய திணைக் கண்ணோட்டமானது மலைகளிலிருந்து கீழேயுள்ள சமவெளிப் பகுதிக்குத் தமிழர்கள் பரவியதை வெளிப்படுத்துகிறது என்பார், சிவத்தம்பி. (2019:49) இதைத் தமிழறிஞர் 'கமில் சுவலபில்' அவர்களும் ஆதரிக்கிறார்:

"தொன்மையான தமிழ் மக்கள் குன்றுகளிலிருந்தும் காடுகளிலிருந்தும் வளமான சமவெளிப் பகுதிக்கும், மற்றும் கடற்கரைப் பகுதிக்கும் சென்ற வரலாற்றுரீதியான இடப்பெயர்ச்சியைத் திணைப் பிரிவுகள் வெளிப்படுத்துகிறது. வேறுவகையில் கூறினால், புதிய கற்காலத்தின் வேட்டைச்சமூக நிலையில் தொடங்கி, இடைப்பட்ட நிலையான மேய்ச்சல் நாகரிக நிலையைக் கடந்து, நிலைத்த வாழ்க்கையுடைய உழவர், மீனவர் நிலைக்கு வந்தடைந்தனர்' என்பது அவரின் விளக்கம். (சிவத்தம்பி, 2019:49)

ஆனால், தொல்காப்பியத்தின் திணை வரிசையில் அந்த அடுக்கு மாறுபடுகிறது. (தொல்.பொருள்.அகத்.நூ.5)

'மாயோன் மேய காடுறை உலகமும்
சேயோன் மேய மைவரை உலகமும்
வேந்தன் மேய தீம்புனல் உலகமும்
வருணன் மேய பெருமணல் உலகமும்'

கமில் சுவலபில் கூறிய ஐந்து நாகரிக வளர்ச்சிக் கட்டத்தின்படி குறிஞ்சிக்கு அடுத்துதானே முல்லை இடம்பெற வேண்டும். அதாவது, மலைக்கு அடுத்துதானே காடு வர வேண்டும்? ஆனால், தொல் காப்பியம் குறிஞ்சியை முதல் திணையாக வைக்காது, முல்லையை முதலில் வைப்பது ஏன்?

இங்குத்தான் திணை என்பது வெறும் முதல் மற்றும் கருப் பொருளை மட்டுமே சார்ந்ததன்று, அவை மனித உணர்வினைக் குறிக்கும் உரிப்பொருளையும் சார்ந்தது என்பது மெய்யாகிறது. இம்மூன்றையும் முன்னிறுத்தி நமக்குக் கண்ணபிரான் ரவிசங்கர் மிக அழகிய விளக்கம் ஒன்றை அளிக்கின்றார்:

'தொல்காப்பியம் மற்றொரு இடத்தில் என்ன சொல்கிறது?

'காரும் மாலையும் முல்லை - குறிஞ்சி,
கூதிர் யாமம் என்மனார் புலவர்'   (பொரு.அகத்.நூ.6).

மழைக்காலமும் மாலை நேரமும் முல்லைக்கு உரியது. அது போலக் கூதிர்காலமும் நள்ளிரவும் குறிஞ்சிக்கு உரியது. இங்கு முல்லை முதலிலும் குறிஞ்சி பிறகும் வருவதைக் கவனிக்க வேண்டும்' என்று கூறிவிட்டு, அடுத்துக் கேட்கிறார்:

"மாலை முதலில் வருமா? நள்ளிரவு முதலில் வருமா? மழைக் காலம் முதலில் வருமா? குளிர்காலம் முதலில் வருமா?"

இது பொழுது என்கிற தமிழ்நாட்டின் பருவச்சூழலை அடிப் படையாகக் கொண்டு, சிந்திக்கப்பட்டுள்ளது என்பது தெளிவு. அதனால்தான், 'முல்லை முதல் - பின்பே குறிஞ்சி' என்கிறார் அவர். இதையே உரிப்பொருளுக்குப் பொருத்துகையில் அது மேலும் சிறப்பாக அமைவதைச் சுட்டுகிறார், அவர்.

"இருத்தலுக்கு அதாவது, காதல் காத்திருத்தலுக்குப் பிறகுதானே புணர்தல்?" (2018: 77,78)

பொருத்தமான விளக்கம்தான். அதே சமயம் தொல்காப்பியம் ஒவ்வொரு திணையையும், திணை என்று குறிப்பிடாமல், ஒவ் வொன்றையும் ஓர் உலகம் என்று குறிப்பிடுவது பொருத்தமாக இல்லையே?

ஐம்பூதங்களும் கலந்த மயக்கமே உலகம் என்று தெளிவாக வரையறுத்தது, தொல்காப்பியம். 'ஒலிக்கின்ற அலைகளால் சூழ்ந்த உலகம்' என்னும் பொருளில், 'படுதிரை வையம்' என்றதும் தொல்காப்பியமே. 'விரிநீர் வையகம்' என்று நற்றிணையும் (130), 'புலவுக்கடல் உடுத்த வானம் சூடிய / மலர்தலை உலகம்' என்று பெரும்பாணாற்றுப்படையும் (409,410) அதை வழிமொழிகின்றன.

இவ்வளவு தெளிவு இருந்தும் தொல்காப்பியம் திணைகள் ஒவ்வொன்றையும் தனித்தனி உலகம் என்று கூறுவது நமக்கு முரணாகத் தோன்றலாம். ஆனால், அதில் ஒரு முரணும் இல்லை என்கிறார், பேரா.சிவத்தம்பி. 'ஒவ்வொரு சூழல் தொகுதியும் தன்னளவில் மற்ற சூழல் தொகுதியுடன் மாறுபட்டது. இதைத்தான் அச்சொல் உணர்த்துகிறது. இவை ஒவ்வொன்றும் தமக்குள் வேறுபாடுகள் மிகுந்திருப்பதால், இவை தம்முள் தாமே உலகமாயின' என்பது அவரின் விளக்கம் (2019:58)

ஒருவர் தனியே யோசனையில் இருக்கையில் நாம் அவரிடம் என்ன கேட்போம்? "எந்த உலகத்தில் இருக்கிறீர்கள்?" அதற்கு அவர் புவிக்கோளை விட்டு, வேறு கோளில் இருக்கிறார் என்பதா பொருள்? அதற்கு ஒப்பானதே இது. அவருடையது மனஉலகம் என்றால், தொல்காப்பியம் குறிப்பிடுவது திணை உலகம்.

*

7 கொல்லப்பட்ட மரங்களும் முதல் குவாரியும்

மரா மரத்தில் முற்றிய மலர்கள் நிறைந்துள்ளன. கடலலைகள் மோதுவது போலக் காற்றலைகள் அதன்மீது மோதுகின்றன. முதிர் பூக்கள் பாறையின்மீது உதிர்கின்றன. தொலைவில் தாகத்தில் அலையும் யானை ஒன்று அதைக் காண்கிறது. மழை பொழிவதாக எண்ணி ஓடிவருகிறது. அருகில் வந்ததும் ஏமாற்றம். இலையற்ற அம்மரக் கிளைகளில் சிலந்தி வலை பின்னியுள்ளது. அத்தகைய மரங்களின் நிழலிலேதான் தங்கிச் செல்ல வேண்டும்.

அகநானூறு (199) விவரிக்கும் பாலைநிலக் காட்சி இது. பாலை நிலம் என்பது பருவநிலை மாற்றத்தின் விளைவு. இது தற்காலிக நிலையே. பருவம் மாறியதும் பழைய நிலை மீண்டுவிடும். ஆனால், காலநிலை மாற்றம் அப்படியில்லை. அது, நிலைத்து நின்றுவிடும். என்றுமே திரும்பாது. இப்பாடலைக் காலநிலை மாற்றத்துக்குப் பொருத்திப் பார்த்தாலும் அப்படியே பொருந்துகிறது.

மரத்தில் நிறைந்துள்ள கவர்ச்சியான பூக்கள் நம் நுகர்வு. ஒரு நாள், அவை உதிர்ந்துவிடும். மரம் என்பது நம் புவிக்கோளம். நீரற்றுப்போனால் அது தன் இலைகளை வேண்டாம் என்று உதிர்த்துவிடும். அது தன்னைத் தக்கவைக்கும் ஓர் உத்தி. நீர் என்பது இயற்கைவளம். அது இருக்கும் வரைதான் பசுமை நிலைக்கும். இலைகள் மனிதகுலம். இதை உணராவிட்டால், நாம் நிழலற்ற மரத்தின்கீழ் மழைத்துளியைத் தேடி அலையும் யானைகள் ஆகி விடுவோம்.

இதுபோன்று பல சங்கப்பாடல்கள் நிகழ்காலச் சூழல் அறிவியலுக்குப் பொருத்தமாக இருப்பது கண்டு வியந்துள்ளேன். மனித நாகரிகம் தொடங்கிய காலத்திலிருந்தே இதுபோன்ற சூழல் அழிவு குறித்த அக்கறைகள் இருந்துள்ளன. பழங்காலக் கிரேக்கத்தின் சூழல் அழிவைக் கண்டு தனது, 'கிரிதியாஸ்' (Critias) என்னும் நூலில் அறிஞர் பிளாட்டோ கவலைப்பட்டுள்ளார். அவருடைய

காலம் பொ.ஆ.மு. *427-347* ஆகும். *(இயல்பு, ஜூன், 2016)* ஏறத்தாழ அதே காலகட்டத்தில் தமிழ் இலக்கியமும் அச்சிந்தனையைக் கொண்டிருந்தும், அது உலகின் கவனத்தை ஈர்க்கவில்லை என்பது வருந்தத்தக்கது.

''தற்காலச் சூழல் அறிவியல் சிந்தனைகளுள் ஒன்று, 'சூழலமைவின் சிதைவு' (Ecosystem degradation) என்பதாகும். திணைகள் பல்வேறு காரணிகளால் சிதைவடையும் அல்லது அழியும் என்பது இதன் பொருள். இதைப் பழந்தமிழர்கள் அறிந்திருந்தனர். ஆகவே, அதை ஒரு புதிய பெயரால் குறித்தார்கள். அதுவே, பாலை'' என்கிறார், தாவரவியல் அறிஞர் கு.வி.கிருஷ்ணமூர்த்தி. *(2007:35)*

தொல்காப்பியம், 'நடுவண் ஐந்திணை நடுவணது ஒழிய' *(பொரு.அகத்.நூ.2)* என்று ஐந்து திணைகளையும் குறித்தாலும், நான்கு திணைகளுக்கு மட்டுமே நிலங்களைக் குறித்தது. அது, 'நடுவணது ஒழிய' என்கிறது. அந்த, 'நடு' என்பது பாலை. அது மட்டும் விடுபடக் காரணம் என்ன? தமிழ்நாட்டில் பாலைக்குத் தனிநிலம் கிடையாது. மழையற்று வறட்சி ஏற்படுவதை, 'வற்கடம்' என்பர். வற்கடம் நீடித்தால் அது பாலை ஆகிறது. அதுவொரு தற்காலிக நிலை. மீண்டும் பருவநிலை மாறினால் பாலைநிலம் பழைய நிலமாகிவிடும்.

'செழிப்பான மருதமும் கடலருகே அமைந்த நெய்தலும் வற்கடத்தைச் சந்திக்க வாய்ப்புகள் குறைவு. எனவே, அவை இரண்டும் பாலைநிலமாக மாறாது என்பதை அறிந்திருந்தனர்' என்கிறார் கு.வி.கி. *(2007:35)* பிறகு, எந்தத் திணைதான் பாலையாகும்? முல்லையும் குறிஞ்சியும் தம் இயல்பு திரிந்து, பாலை நிலமாக மாறும் என்கிறது சிலப்பதிகாரம். *(காடுகாண் காதை 11.64-66)* இது சிலப்பதிகாரக் காலத்துச் சூழல் சிதைவு. பிற்காலத்தில் மீதியிருந்த இரு திணைகளும் சிதைவைச் சந்தித்தன என்று கூறும் பேரா. இ.முத்தையா அதற்கான சான்றுகளையும் தருகிறார். *(இணையம்)*

''நானிலம் வாய்க்கொண்டு நன்னீரறமென்று கோதுகொண்ட / வேனிலஞ் செல்வன் சுவைத்துமிழ்பாலை கடந்தபொன்னே'' என நம்மாழ்வார் பாடியதை *(திருவிருத்தம்:26)* அவர் குறிப்பிடுகிறார். மழையின்றி வேனிலன் செல்வன், அதாவது, ஞாயிற்றின் வெப்பம் மிகும்போது, நானிலங்கள் பாதிப்பதால் வறட்சி ஏற்பட்டுப் பாலை உருவாகும் என்கிறார், நம்மாழ்வார். நச்சினார்க்கினியரும்,

''அப்பாலை ஏனைய போல ஒருபாற்படாது நால்வகை நிலத்திற்கும் உரியவாக'' எனக் கூறியுள்ளதாக அ.கி.பரந்தாமனார் கூற்றைச் சான்று காட்டுகிறார், இ.முத்தையா.

சிலப்பதிகாரத்தின் காலம் ஏறக்குறைய இரண்டாம் நூற்றாண்டு. அப்போது இரு சூழல் தொகுதிகளில் மட்டுமே சிதைவு ஏற்பட்டுள்ளது. நம்மாழ்வாரின் காலமோ ஏறக்குறைய ஒன்பதாம் நூற்றாண்டு. நச்சினார்க்கினியரின் காலம் 14ஆம் நூற்றாண்டு என்று நம்பப்படுகிறது. எனவே, இந்தக் காலகட்டத்தில் ஏறக்குறைய நான்கு திணைகளிலும் சுற்றுச்சூழல் சிதையத் தொடங்கியதைத் தமிழ் இலக்கியங்கள் பதிவு செய்துள்ளன.

இன்றைக்கு UNEP (United Nations Environmental Programme) என்கிற அமைப்பு இயற்கைக்கும் அதன் வளத்துக்கும் ஒரு பண்பாட்டுப் பரிமாணத்தைக் (Cultural dimension) கொடுத்து, அதைப் பண்பாட்டு வளம் (Cultural diversity) என்று ஏற்றுக்கொள்கிறது. ஐந்து வெவ்வேறு சூழல் தொகுதிகளையும் ஐந்திணைகளாக உருவாக்கி, அவற்றில் முதல், கருப்பொருளோடு ஒழுகலாறு என்னும் உரிப்பொருளையும் இணைத்தது, தொல்காப்பியம். அதனால், அது நம் பண்பாட்டுச் சூழலியலாக அமைந்தது. அதாவது, இன்றைக்கு ஐ.நா. ஏற்றுக்கொள்வதை ஈராயிரம் ஆண்டுகளுக்கு முன்னரே தம் வாழ்வியலாகத் பழந்தமிழ் மக்கள் கடைப்பிடித்தனர் என்கிறார், கு.வி.கி. *(2007:36)*

முன்பு திணைக்குழு வாழ்வை வாழ்ந்த மக்கள் இயற்கை வளங்களை வளங்குன்றா முறையில் (Sustainable) பயன்படுத்தினர். எனவே, இயற்கையை அவர்களால் போதுமான அளவு பாதுகாக்க முடிந்தது. அவர்கள் அவ்வாறு வாழ்ந்ததற்கான சான்றுகளைத் தருகிறார், கு.வி.கி. தமிழ்நாட்டில் இறந்தவர்களைப் புதைத்து வழிபடுவது நெடுங்கால வழக்கம். அதை இரு வகைகளில் அவர்கள் செய்தார்கள். கற்கள் நிறைந்த குறிஞ்சியிலும் முல்லையிலும் 'பெருங்கற்படைச் சின்னங்கள்' உருவாக்கப்பட்டன. களிமண் கிடைத்த மருதம், நெய்தல் நிலங்களில் முதுமக்கள் தாழிகள் நிலவின என்பார், கு.வி.கி. *(2007:37)*

குன்றுகளோ மலைகளோ இல்லாத மாவட்டங்கள் காவிரி வடிநில மாவட்டங்கள். இங்குப் பழங்காலத்தில் அரசக் குலத்தவரைப் புதைப்பதற்கு முதுமக்கள் தாழிகளே பயன்பாட்டில் இருந்துள்ளன.

சோழன் குளமுற்றத்துத் துஞ்சிய கிள்ளிவளவனும் தாழியில் தான் புதைக்கப்பட்டார். (புறம்.228) ஆனால், பிற்காலச் சோழப் பேரரசுகாலத்தில் மன்னர்களின் புதைக்குழிகள்மீது அமைக்கப்பட்ட 'பள்ளிப்படை'கள் கற்றளிகளாக அமைக்கப்பட்டன. அதற்காக, வெளியிலிருந்து குன்றுகளை உடைத்துக் கற்களைக் கொண்டு வந்தனர்.

மரத்தைக் கடவுளாக வழிபடும் வழக்கம் பழந்தமிழ் மக்களிடம் நிலவியது. தினைப்புனம் உருவாக்கக் காடுகள் அழிக்கப்பட்டாலும், அவை மானுட அடிப்படைத் தேவையை மீறி நடக்கவில்லை. இருப்பினும், அங்கும், 'காடு காத்து உறையும் கானவர் உளரே' என்கிறது மலைபடுகடாம் (279). இந்நிலையில், காடுகளை அழித்துக் கோவில் கட்டப்பட்ட குறிப்புப் பதிற்றுப்பத்தில் காணப் படுகிறது.

'காடே கடவுள் மேன' (13:20) எனப் பதிற்றுப்பத்துப் புலவர்கள் அரசரிடம் பெருமையுடன் குறிப்பிடுகின்றனர். அவை, ஆகமவிதியைப் பின்பற்றிய கோவில்கள் எனக் குறிப்பிடுகிறார், சீனிவாச அய்யங்கார். (2-1989:244) எனவே, காடழித்து நாடாக் கியதில் கோவில்களின் பங்கும் இருந்துள்ளன என்பது தெளிவு. காடழிப்பு மட்டுமில்லை குன்றுகளும் உடைக்கப்பட்டன. தமிழக மெங்கும் நிறைந்துள்ள கற்களால் கட்டப்பட்டுள்ள 'கற்றளி'க் கோவில்களே இதற்குச் சாட்சி. இவை, பரந்த அளவில் மேற் கொள்ளப்பட்ட, முதல் 'குவாரி' முயற்சி எனலாம்.

சங்க இலக்கியத்தை ஆழ்ந்து வாசித்தால், அது இயற்கையைப் போற்றுவதைக் காட்டிலும், அதன் இழப்பை நினைவுகூர்வதே அதிகமிருக்கும். 'அப்படி இருந்த சூழல் இப்படி ஆகிவிட்டதே' என்பது போன்ற பல இடங்களை அதில் உணர முடியும். அதை ஒருவகை 'நினைவேக்கம்' (Nostalgia) எனலாம். அது இயற்கை யிலிருந்து விலகத் தொடங்கிவிட்ட மனநிலையைத் தெரிவிக்கின்றது.

ஒருபுறம் இழப்பின் ஏக்கம் பேசப்பட, மறுபுறம் இன்றிருப்பது போலவே வளர்ச்சி என்பதைப் பெருமிதமாகக் கருதும் போக்கும் அன்று இருந்துள்ளது. ஆனால், ஓர் அசல் தமிழ் உள்ளம் எப்பக்கம் சார்ந்திருக்கிறது என்பதில்தான் நம் தரமதிப்பீடு இருக்கிறது. அன்றைய தமிழ் மக்கள் வளர்ச்சிப் போக்கிலும் சூழலியலைத் தம் கருத்தில் இருந்து விலக்கவில்லை என்பதால், அவர்களுடைய

வாழ்வியல் ஓரளவிற்கு 'வளங்குன்றா வாழ்வியலாக' (Sustainable life) இருந்தது எனலாம்.

இளம்பெண்கள் தினைப்புனம் காத்து நிற்கையில், பறவை களைத் துன்புறுத்தவில்லை. விளைநிலத்தில் வரும் புலியைக் கொல்லாமல் அதை விரட்ட, புலி போன்ற ஓர் உருவம் செய்து வைத்தனர் (*ஐங்.246*). ஆனால், பிற்கால நிலைமை அவ்வாறு தொடரவில்லை. அரசுகளின் உருவாக்கம் சூழலியல் அழிவையும் தொடங்கி வைத்தது. அதில், நம் தமிழ் மன்னர்களின் பங்கும் இருந்தது. மூவேந்தர்களின் பங்கு அதைவிட அதிகம்.

உலகிலேயே சூழலைக் காப்பதில் முன்னணியில் நின்றது தமிழினம் என்றெல்லாம் கதை வசனம் எழுதுவதில் நமக்கு ஆர்வம் அதிகம். அதே சமயம், தமிழ் மன்னர்களின் புகழையும் உச்சி முகர்வோம். ஆனால், தமிழ்நிலத்தின் சுற்றுச்சூழலை அழித்ததில் அம்மன்னர்களின் பங்கு குறித்து, மறந்தும் மூச்சுவிட மாட்டோம். நாம் பேசாவிட்டால் என்ன? சங்க இலக்கியம் பேசியுள்ளது.

ஒரு மன்னர் பகை நாட்டை வென்ற பிறகு, அங்குள்ள இயற்கை வளங்களைக் கடுமையாகச் சிதைப்பதை இலக்கியங்களில் அடுக்க டுக்காகப் பார்க்க முடியும். அதை, 'வீரம்' எனவும் போற்றினோம். அதே சமயம், அந்தப் பகை நாடும் தமிழ் நிலப்பரப்புக்கு உள்ளே தான் இருந்தது என்பதும், தோற்ற மன்னர்களும் தமிழ் மன்னர் களே என்பதும் நமக்கு வசதியாக மறந்து போகும்.

குளங்களைக் கெடுக்க அதில் யானையைவிட்டுக் கலக்குவது, வயல்களில் தேரோட்டி அழிப்பது, ஊரை எரியூட்டுவது, பகைவரின் காவல் மரங்களை வெட்டி அதில் முரசு செய்வது எனப் பல செய்திகள் பதிவாகியுள்ளன. காவல் மரங்களை வெட்டிச் சாய்த்த வேந்தர்களுக்குப் பாண்டியன் நெடுஞ்செழியன் (*புறம்.23:8,9*) மற்றும் சோழன் கிள்ளிவளவன் (*புறம்.36.9*) ஆகியோர் எடுத்துக் காட்டு. அதிலும், ஏதோ ஓரிரு மரங்கள் வெட்டப்படவில்லை. கிள்ளிவளவன் இன்றைய அமராவதி ஆற்றங்கரை நெடுகிலும் காவல் மரங்கள் அமைந்திருந்த காடுகளை அழித்துள்ளார். இது போன்ற நிகழ்வுகள் சங்க இலக்கியம் நெடுகிலும் காணமுடிகின்றது.

எனவே, சங்கத் தலைவி புன்னைமரத்தைத் தன் உடன்பிறந் தாளாகக் கருதினாள் (*நற்.172*) என்பதெல்லாம் ஒருவகை நினைவேக்கம்தான். கடியலூர் உருத்திரங்கண்ணனார் பட்டினப்

பாலையில், 'காடு கொன்று நாடாக்கி' (பட்டின.283) என்று மன்னர் புகழ் பாடினாலும், அவருள்ளும் ஒரு நினைவேக்கம் இருந்துள்ளது. அவர், 'காடுவெட்டி நாடாக்கி' எனக் கூறவில்லை. 'வெட்டி' என்பதற்கும், 'கொன்று' என்பதற்கும் வேறுபாடுண்டு. அவர் காட்டை உயிர்ப்பொருளாகக் கருதியதாலேயே 'கொன்று' என்ற சொல்லைப் பயன்படுத்தியுள்ளார் என்று தனது மறு வாசிப்பில் எடுத்துரைக்கிறார், கவிஞர் அப்துல் ரகுமான். இத்தகைய உணர்வு புலவர் காரிக்கண்ணனாருக்கும் இருந்ததாலேயே, பாண்டியன் நன்மாறன் பகைநாட்டுக் காவல் மரங்களை வெட்டத் துணிந்தபோது, மன்னரைத் தடுத்திருக்கிறார் புலவர். (புறம்.57) (அரிமாப்பாமகன், 2017:96)

'காடுவெட்டி' என்கிற பெயரைத் தம் பட்டப்பெயரில் ஒன்றாகப் பெருமையுடன் சூடிக்கொண்ட பல்லவ மன்னர்களின் வரலாற்றுடன் இதை ஒப்பிட்டுப் பார்க்கலாம். மரங்களை அழிப் பதை ஒரு கொலை முயற்சியாகவே சங்க இலக்கியம் பார்த்துள்ளது. எனவே, அதைக் குறிக்கக் 'கொல்லுதல்' என்கிற சொல்லை அது பயன்படுத்துகிறது.

யானைகள் மதம் கொண்டு மரத்தை முறித்ததைக் 'கொல்' என்ற சொல்லால் குறித்தது குறிஞ்சிப்பாட்டு ('மரம் கொல்பு' -164). ஆற்றில் வரும் வெள்ளம் பூத்துள்ள மருத மரங்களை வேரோடு சாய்ப்பதைக் ('தேம்பாய் மருதம் முதல்படக் கொன்று' - 30:16) 'கொன்று' என்றே பதிற்றுப்பத்து குறிப்பிட்டது என்று அரிமாப்பாமகன் எடுத்துக்காட்டுகிறார். (2017:96)

பழங்காலத் தமிழ்நாட்டின் சுற்றுச்சூழல் வரலாற்றைத் தொ குக்கும் நிலை ஏற்பட்டால், அது குறித்த நேர்மறை செய்திகளை மட்டுமல்லாது எதிர்மறைச் செய்திகளையும் இணைத்தே தன் னுள் பதிவு செய்து வைத்துள்ளது, சங்க இலக்கியம். எவ்வளவு நேர்மையான அணுகுமுறை இது!

*

பகுதி 2

இங்கிலாந்திலும், வட இந்தியாவிலும் ஆண்டின் பெரும்பகுதி குளிர் நிலவுவதால், அவர்களுக்கு மகிழ்ச்சியைக் கொண்டு வருவது 'வெப்பம்' ஆகும். எனவே, அவர்கள் வசந்தகாலத்தை (Spring) வரவேற்பது இயல்பு. வெப்பமண்டலத்தில் வசிக்கும் தமிழ் மக்கள் கார்முகிலையே வரவேற்றனர். சுற்றுச்சூழல் சார்ந்த இந்த அடிப்படை உண்மையைப் புரிந்துகொள்ளாமல், தமிழில் புழங்கும், 'வசந்தகாலக் கவிதைகள்' உண்மையில் எரிச்சலூட்டு கின்றன.

8 நம் இலக்கியத்தில் பசுமை இருக்கிறதா?

ஒரு மரத்தில் ஒரு பறவை அமர்ந்திருந்தது.
அந்தப் பெயர் தெரியாத பறவை...

இவை நம் எழுத்தாளுமைகள் எழுதிவரும் வரிகள். அது என்ன மரம்? என்ன பறவை? ஏன் அதைத் தெரிந்துகொள்ள முயல வில்லை? அனைத்துப் பறவைகளுக்கும் மனிதர்கள் பெயர் சூட்டி விட்டனர். அப்புறம் ஏன் பெயர் தெரியவில்லை? நாம் இந்த உலகில்தானே வாழ்கிறோம்? படிமலர்ச்சியில் நம்மைவிட மூத்த உயிரினம்தானே அது? அதற்குப் பிறகு தோன்றிய நாம், அதைக் குறித்து ஏதும் அறியாமல் அப்படி என்ன வாழ்க்கை வாழ்கிறோம்? ஒரு பாமர மனிதர் சொன்னால் பரவாயில்லை. ஓர் எழுத்தாளுமை ஏதும் தெரியாமல் எழுத வரலாமா? விக்கிப்பீடியாவை அறியாத பழந்தமிழ்ப் புலவர்கள் எல்லாம் பிற உயிரினங்களைப் பற்றித் துல்லியமாக எழுதி வைத்துள்ளனரே? நாம் ஏன் பின்தங்கினோம்? அந்த எழுத்து மரபைச் சார்ந்தவர்கள்தானே நாம்?

நேர்காணல் ஒன்றில் நான் இவ்வாறு ஆதங்கப்பட்டிருந்தேன். இவை நியாயமான கேள்விகளே என்பதற்கான சான்றுகளைத் தமிழறிஞர் தனிநாயகம் அடிகளும் முன்வைக்கிறார்:

"நம் கவிதை விதிகளின்படி ஒரு முழுமையான, துல்லியமான, இயற்கை பற்றிய ஆய்வு தமிழ்க் கவிஞர்கள் மீது சுமத்தப்பட் டிருந்தது" என்கிறார், அவர். "நிலவியல்,பயிரின விலங்கின (Flora and Fauna) தொகுப்புப் பற்றிய ஆய்வை மேற்கொள்ள வேண்டிய நிலை, பிறமொழிக் கவிஞர்களுக்கு இருந்ததில்லை. தமிழ்க் கவிஞர்கள் கருப்பொருளை மட்டும் தெரிந்திருந்தால் போதாது. அது ஒவ் வொரு பருவக் காலத்திலும் இரவு-பகலில் தம்மை எப்படி வெளிப் படுத்தும் என்பதையும் அறிந்திருக்க வேண்டும். சிறுபொழுது, பெரும்பொழுது இரண்டிலும் நிலத்தோற்றம் குறித்த ஆய்வையும் புறக்கணிக்க முடியாது" என்கிறார். (2014:39)

எதற்காக இவ்வளவு துன்பம்? இவை ஏதுமின்றிப் பிறமொழிக் கவிஞர்கள் சிறப்பான கவிதைகள் எழுதவில்லையா? எழுதியிருக் கிறார்கள். ஆனால், அவர்களுடைய மரபும் கோட்பாடுகளும் வேறு. அதைப் பின்பற்றி அவர்கள் எழுதுகின்றனர். அவர்களின் கோட்பாடுகளைக் கடன் வாங்கத் துணியும் நாம், நம் சொந்தக் கோட்பாட்டைப் புறக்கணிப்பது ஏன்? அதைப் புறக்கணிப்பு என்றும் சொல்ல முடியாது. அறியாமை. சொந்த மரபைப் பற்றியே தெரியாத கோளாறு. சங்க இலக்கியத்தை விடுங்கள். நவீன தமிழ்க் கவிதையின் தொடக்கம் என நாம் கொண்டாடும் பாரதியாரின் வசன கவிதைகள் சூழலியல் பொருண்மை கொண்டதுதானே?

பாரதியாரையும் விடுவோம். 'புதுக்கவிதையின் தந்தை' எனப் போற்றப்படும் ந.பிச்சமூர்த்தி பறவைகளை வைத்து, 'மாகவிகள்' என்ற பெயரில் ஒரு காவியமே எழுதியுள்ளர் என்பார் தஞ்சை ப்ரகாஷ். *(கணையாழி, டிச.1999)* 'ந. பிச்சமூர்த்தியின் எழுத்தில் காணப்படும் பூக்கள், மரங்கள், செடிவகைகள், விலங்குகள் அவற்றின் விசித்திரக் குணங்கள் நம் சாதாரண வாழ்க்கையில் நமக்குத் தெரிய வராதவை' என்று வியப்பார், வெங்கட் சாமிநாதன். *(கணையாழி, செப்.2000)*

பிச்சமூர்த்தியின் கவிதையில் காணப்படும் இயற்கை, அவரின் சமகாலத்தவரான வெங்கட் சாமிநாதனுக்கே 'விசித்திரக் குணங் களாகத்' தென்படுவதை இங்குக் கவனிக்க வேண்டும். இதுவே, இயற்கை நுட்பங்கள் சமகாலத்தில் தவறத் தொடங்குவதன் அடை யாளம். இது குறித்ததே நம் கவலை. நம் வாழ்க்கை முறை எப்படிச் சுற்றுச்சூழலை ஒதுக்கி வாழ நினைத்ததோ, தற்கால இலக்கியமும் அதையே பின்பற்றியது என்றே தோன்றுகிறது.

ஆனால், நவீன இலக்கியத்தை நாம் கடன்வாங்கிய இடமான ஐரோப்பாவில் அவ்வாறு நடக்கவில்லை. தொழிற்புரட்சியின் விளைவாக அங்குள்ள சுற்றுச்சூழல் பாதிக்கப்படவே, அதன் எதிர்வினை அங்குள்ள கலை இலக்கியங்களில் எதிரொலித்தன. 1830இல் தொடங்கப்பட்ட பார்பிஸான் பள்ளி, தம் ஓவியர்கள் ஃபிரான்சின் ஊர்ப்புறங்களில் சென்று தங்கி, அழிந்துவரும் இயற்கைக் காட்சிகளை வரைவதை ஓர் இயக்கமாகவே மாற்றியது என்கிறார், மோனிகா. *(தீராநதி, ஜனவரி, 2011)* 'கலையைச் சுற்றுச்சூழல் தீர்மானிக்கிறது' என்று ரஷ்ய மார்க்சிய அறிஞர் ஜார்ஜ் பிளாக்கனோ கூறியதும் இங்கு நினைவுக்கு வருகிறது.

இங்கிலாந்தில் பசுமை இலக்கியத்தின் குரல்கள் வலுவாக எழும்பின. அதற்கொரு காரணம் இருந்தது. உலகிலேயே பேரளவில் நகரமயமாக்கப்பட்ட நாடு, இங்கிலாந்து. இயற்கைக் கவிஞர் வில்லியம் வோர்ட்ஸ்வொர்த் வெறும் கவிதைகளை மட்டும் எழுதிக்கொண்டிருக்கவில்லை. தன் வாழ்வின் இறுதி காலத்தில், அவர் மிகவும் விரும்பிய இயற்கை வனப்புமிக்க 'லேக்' மாவட்டத் திற்குத் தொடர்வண்டித் திட்டம் நீட்டிக்கப்பட்டதை எதிர்த்து, மக்களின் இயக்கம் ஒன்றையும் தொடங்கியவர்.

வோர்ட்ஸ்வொர்த் காலத்து இளைய கவிஞரான ஜான் கிளேர் என்பவர் நகர்ப்புறச் சந்தைகளுக்கான சாகுபடிக்காக ஊர்ப் புறங்கள் பாதிக்கப்படுவதைப் பாடியவர். அடுத்துக் கவிஞர் ஜான் ரஸ்கின் இங்கிலாந்து ஆறுகள் கழிவுநீர்க் கால்வாய்களாக மாற்றப் பட்டதையும், நகரத்தின் காற்று மாசு, அமிலமழை குறித்தும் பேசி னார். அடுத்து, வில்லியம் மோரிஸ், எட்வர்ட் கார்ப்பென்டர் போன்றோரைத் தொடர்ந்து, ஐக்கிய அமெரிக்காவின் வால்ட் விட்மன், ஹென்றி டேவிஸ் தோரே ஆகியோரும் சூழலியல் குறித்து எழுதியவர்களே. ஆக்டேவியா ஹில் குறிப்பிடத்தக்கப் பெண் சூழலியலாளராகவே விளங்கினார்.

ஜெர்மனி வெகுவேகமாக இயந்திரமயமானபோது, அங்கேயும் கவிஞர்கள், எழுத்தாளர்களிடையே சுற்றுச்சூழல் சிந்தனைகள் தோன்றின. அவர்களுள் ரெய்னர் மரியா ரில்கே குறிப்பிடத் தக்கவர். தொடர்ந்து வில்லியம் ஹெய்ன்ரிச் ரெய்ல், ஸ்காண்டி நேவியாவின் நாவலாசிரியர் நட் ஹேம்சன் ஆகியோரும் சூழலியல் சிந்தனை கொண்டோராக விளங்கினர் என்று நமக்கு நீண்ட பட்டியலை அளிக்கிறார், இராமச்சந்திர குகா. ***(2016:46-60)*** இலத்தீன் அமெரிக்க இலக்கியங்களும் சுற்றுச்சூழல்மீது கொண்ட அக்கறையினால் பிறந்தவையே.

இப்போக்கின் விளைவாக மேற்கத்திய மொழிகளுள், 'சூழல் கவிதை' (Eco&Poetics) என்கிற தனித்த வகைச் சிந்தனைப் போக்கு உருவாகியது. ஆனால், ஈராயிரம் ஆண்டுகளுக்கு முன்னரே சங்க இலக்கியம் அதைச் செய்து முடித்துவிட்டது. சங்க இலக்கியமே உலகின் ஆகப் பழைமையான 'சூழல் கவிதைகள்.' ஆனால், பிற் காலத்தில்தான் இது மெல்லத் தன் பச்சையத்தை இழந்து சருகாகி விட்டது.

காலநிலை மாற்றம், நம் எதிர்காலத்தை மிரட்டும் இவ் வேளையில், சூழலியல் சார்ந்த அல்புனைவுகள் தமிழில் பெருகி வருகின்றன. ஆனால், புனைவுகள் போதவில்லை. தற்காலத்தில் மன்னார் வளைகுடாவில் இருந்த தீவுகளுள் விலாங்குசல்லி, பூவரச ன்பட்டி என்கிற இரண்டு தீவுகள் மூழ்கிவிட்டன. எதிர்காலத்தில் தமிழ்நாட்டுக் கடலோர மாவட்டங்களின் 1091 சதுர கிலோமீட்டர் பகுதிகள் மூழ்கடிக்கப்படலாம் என்று செய்திகள் வருகின்றன. நீர்நிலைகளும், நிலத்தடி நீரும் பாழாகின்றன. தமிழ்நாட்டில் அணு உலைகள், ஹைட்ரோ கார்பன் திட்டம், அனல்மின் நிலையங்கள், வேதிப்பொருள் ஆலைகள் என்று பகுதிக்கொரு சிக்கல்கள் நம்மைப் பாழ்படுத்தி வருகின்றன.

இவை குறித்து எந்தளவுக்கு நம் இலக்கியங்கள் பதிவு செய்துள்ளன? என்பது நம் முன் நிற்கும் மாபெரும் கேள்வி. பாதிக்கப்படும் பகுதிகளில் வாழ்ந்தும், தம் எழுத்துக்களில் அது குறித்துச் சிறுமூச்சும் விடாத எழுத்தாளுமைகள் குறித்து எதிர்கால வாசகர்கள் எத்தகைய மதிப்பீட்டை வழங்குவார்கள்? என்பதை யோசிக்க வேண்டும். விரல்விட்டு எண்ணக்கூடிய ஒரு சிலர் அவற்றை எழுத முன்வருகையில், அவர்களின் எழுத்தில் புனை வில்லை, புண்ணாக்கு இல்லை என்று புகார் செய்கிறோம். அப்படி யானால், புனைவுத் திறன்மிக்க அப்பகுதி எழுத்தாளுமைகள் என்ன செய்துகொண்டிருக்கிறார்கள்?

அதேவேளை காடு, காட்டுயிர் சார்ந்த எழுத்துக்கள் புனை வுலகில் அதிகரித்து வருகின்றன என்பதையும் ஒப்புக்கொள்ள வேண்டும். அத்துறை சார்ந்த புரிதலில் போதாமைகள் இருந் தாலும், தற்சமயம் அவை வரவேற்கப்பட வேண்டும். ஆலையற்ற ஊரின் இலுப்பைப் பூக்கள் அவை. இதுபோன்ற எழுத்துக்கள் மற்றத் திணைகள் நோக்கியும் விரிவுப்பட வேண்டும் என்பதே நம் ஆவல்.

ஒருவேளை இவை புறத்திணை என்பதால் சிலர் புறக்கணிக் கலாம். அகத்திணையை மட்டுமே எழுதுவதும் தவறில்லை. ஆனால், அகமும் மாசடைந்த உலகம் இது. நம் படுக்கை அறைக்குள்ளும் அதிகாரம் நுழைந்து, நமக்குக் கட்டளையிடத் தொடங்கிவிட்டது என்கிற புரிதலோடு அதையும் எழுதுவோம். மற்றபடி இலக்கியம் தூய்மையானது அதன்மீது எவ்வகை அரசியல்

தூசியும் படியக் கூடாது என்கிற காலாவதியான கொள்கையைப் பற்றித் தொங்குபவர்களின் எழுத்துக் குறித்துக் கவிஞர் மிரோஸ்லாவ் ஹோலுப் கூறிய சொற்களை இங்கு முன்வைக்கிறேன். (மணல் வீடு, மே 2017)

"கவிதையின் பொருட்டு இயங்கும் கவிதை என்று ஒன்று இல்லவே இல்லை. அவை வெறுமனே தேசிய நூலகங்களின் பெரும் அடுக்குகளில் மக்கிக் கொண்டிருக்கின்றன.''

*

9 ஒருபுறம் இயற்கை மறுபுறம் தலைவி

இதுவொரு சங்க இலக்கியக் காட்சி:

ஒரு தலைவி, தலைவனுக்காக மரநிழலில் காத்திருக்கிறாள். அதைச் சொல்ல வரும் கவிஞர் அவள் ஏன் காத்திருக்கிறாள் என்று எடுத்தவுடன் கூறமாட்டார். அதற்கு முன்பாக அம்மரம் அமைந்துள்ள சூழலை விவரிப்பார். மரநிழல் என்றால் அது இருண்ட நிழலா? புள்ளியிட்ட நிழலா? வரி நிழலா? வலை நிழலா? அம்மரத்தின் பெயர் என்ன? அதன் இலைகள் கூர்மையானவையா, மென்மையானவையா, அடர்த்தியானவையா? மரத்தில் பூக்கள் இருந்தால், அவை என்ன நிறம்? இதழ்கள் கூட்டு இதழ்களா? தனி இதழ்களா? 'துணர்' அமைப்பில் உள்ளதா? 'மஞ்சரி' அமைப்பில் உள்ளதா? அத்துடன் பூக்களை நாடும் தேனீக்கள், பறவைகளின் விவரணைகள் போன்றவை துல்லியமாக அப்பாடலில் விவரிக்கப் படும்.

இதுபற்றிச் சொன்னபோது, ஓர் இலக்கிய அன்பர் கேட்டார்: "இவ்வளவு 'டீடெயில்' தேவையா?"

இந்த விவரணைகள் ஏன் தேவை என்பதைப் பின்னர்ப் பார்ப்போம். அதற்குமுன், இந்த விவரணைகள் இடம்பெறும் பல சங்கப் பாடல்களின் காட்சியமைப்பைத் திரும்பத் திரும்ப நுணுகிக் கவனிக்கையில் ஓர் உண்மை புலனானது. அவை, இன்றைய திரைப்படக்கலையின் நுட்பங்களோடு பொருந்தி இருந்தமை வியப்பளித்தது. சங்கப் பாக்கள் வடிவில் குறுகியதாக இருந்தாலும், அதில் தொழிற்படும் காலம் மிகவும் நீண்டிருக்கும். குறிப்பாக, விவரிக்கப்படும் நிலத்தோற்றம் அத்தகைய தன்மையைக் கொடுக்கும்.

திரைப்படத்தில் நீண்ட காட்சிகள் மற்றும் அண்மைக் காட்சி கள் இடம் பெறுவதை அறிவோம். நீண்ட காட்சிகள் என்பது,

அண்மைக் காட்சிகள் தரும் விவரணையைவிட (Detail) அதிக விவரணையைத் தரும். கண்முன்னால் நடப்பது போன்ற உணர்வை நீண்ட காட்சிகள் மட்டுமே வழங்க முடியும் என்பது திரை இலக்கணம். ஏனெனில், காட்சி இடம் மாறாமல் இருக்கும்போது, ஒரு பார்வையாளர் அதை மட்டுமே காண்பார். அப்போது அதனுள் இருக்கும் நடிகரின் முகத்தைக் கடந்து, அக்காட்சிக்குள் விரிகிற பிற பொருட்களையும் பார்க்கத் தொடங்குவார். அது அந்தச் சட்டகத்துக்குள் தங்கியிருப்பது போன்ற உணர்வைப் பார்வையாளருக்குத் தரும். விளைவாகத் திரைக்கதையினுள் அவரும் ஒருவராகப் பங்கெடுக்கத் தொடங்குவார் என்பார், ஒளிப்பதிவாளர் செழியன். *(வார்த்தை, ஏப்ரல், 2008)*

சங்கப் பாடல்களின் அமைப்பும் அவ்வாறே உள்ளது. பாடல் தலைவியை நோக்கி மட்டுமே நம் கவனத்தைக் குவிக்காது, சுற்றிலும் இருக்கும் இயற்கைக் காட்சியின்மீது நமது கவனத்தைத் திருப்பும். அந்தக் காட்சியில் இருந்தே தலைவி தன் துயரை ஒப்பீடு செய்வாள். ஆகவே, நாமும் அந்தச் சட்டகத்துள் நுழைந்து, தலைவிக்கு நிகராகப் பாடலில் பங்கெடுக்கத் தொடங்குவோம். திரைப்படம் கொண்டுள்ள அதே நுட்பத்தைச் சங்கப் பாடலும் துல்லியமாகப் பின்பற்றியிருப்பது வியப்பே.

தலைவியின் உணர்வை மட்டும் நேரடியாகச் சொல்லியிருந்தால், அது முகத்தை மட்டுமே காட்டும் அண்மைக் காட்சியைப் போல அமைந்திருக்கும். கண் பார்வையற்ற சிறுவனின் கதையான ‘கலர்ஸ் ஆஃ பாரடைஸ்’ என்கிற ஈரானியத் திரைப்படத்தில், அச்சிறுவனின் பார்வையற்ற தன்மையை அண்மைக் காட்சியில் காட்டாமலே சிறப்பாகப் படமாக்கியிருப்பார். ‘திரைப்படத்தில் அண்மைக் காட்சி என்பது அழகானவை, கவர்ச்சியானவை என்பதில் மறுப்பில்லை. ஆனால், அதைப் பொருத்தமாகப் பயன்படுத்தினால் மட்டுமே சிறப்பாக அமையும். இல்லையேல், அண்மைக் காட்சிகளையே நம்பியுள்ள (Media of Closeups) தொலைக்காட்சி மற்றும் சந்தையின் தேவைக்கு உருவாக்கப்படும் விளம்பரப் படங்கள் போல உரு மாறிடும் ஆபத்துள்ளது’ என்பார், செழியன்.

குறுந்தொகையில் தலைவனைப் பிரிந்த தலைவி, ‘முட்டுவேன் கொல்? தாக்குவேன் கொல்?’ எனத் தன்னுடைய காம உணர்வைத் தீவிரமாக வெளிப்படுத்தும் பாடல் *(28)* ஒன்றுள்ளது. மொத்தம்

ஐந்தே வரிகள். அதில், ‘அலமரல் அசைவளி அலைப்பவென்’ என்கிற வரி நான்காவதாக இடம்பெறும். ஒரேயொரு வரிதான் என்றாலும், அவ்வரிக்குள் தொழிற்படும் காலம் மிக நீண்டது.

‘அலமரல்’ என்றால் சுழற்சி, துக்கம் என இரு பொருள்கள் உள்ளன. ‘அசைவளி’ என்றால் தென்றல். ஊரைச் சுழன்று வரும் அல்லது, துக்கத்தைக் கொண்டுவரும் காற்று. ஆடி அசைந்து வரும் தென்றல், பிரிவுத் துயரில் வாடும் தலைவிக்கு எவ்வளவு நீண்ட பொழுதாக இருந்திருக்கும்? இப்படி ஒரு வரிக்குள் நீண்ட காலத்தை அதாவது, ஒரு முழு இரவின் பிரிவுத்துயரைப் புதைத்து வைத்திருப்பது என்பது 92 நிமிடங்களை ஒரே காட்சியில் பட மாக்கிய அலெக்சாண்டர் சுக்ரோவ் இயக்கிய ‘ரஷ்யன் ஆர்க்’ திரைப்படத்துக்கு ஒப்பானது. நம் ஆட்கள் அப்போதே திரைப்படம் எடுத்திருக்கிறார்கள்.

ஆங்கிலக் கவிதைகளின் கதை வேறு. ‘ஆங்கிலக் கவிதை வாசகர்களுக்கு அவற்றில் இடம்பெறும் நிலத்தோற்றம் பற்றிய எளிமைக்கு மனம் பழகியிருக்கும். அவர்களுக்குச் சங்கப் பாடலின் விவரங்கள் மனதைக் குழப்பும்’ என்கிறார், தனிநாயகம் அடிகள். நிலக்காட்சி குறித்து ஆங்கில இலக்கியம் செய்யாத ஒன்றைச் சங்க இலக்கியம் செய்வது ஏன்? இது அவசியம்தானா? இதற்கான விடையை ஸ்டாஃபோர்டு புரூக்ஸ் என்பவர் அவருடைய நூலில் (Naturalism in English Poetry) தந்திருப்பதை நமக்கு எடுத்துக் காட்டுகின்றார், அடிகள்.

‘‘கவிதைக்கு இரு பெரும் கூறுகள் உள்ளன. ஒன்று, ‘இயற்கை உலகு’ மற்றொன்று, ‘மனித இயற்கை’. ஒரு சிறந்த கவிதை இயற்கை உலகையும், மனித இயற்கையையும், அவை ஒன்றின் மீது ஒன்று கொண்டுள்ள அன்பையும் ஒன்றாகக் கலக்கும். கவிதையில், மானுட இயற்கையே முதலாவது. இயற்கை என்பது இரண்டாவது தான். ஆனால் சிறந்த, உணர்வுபூர்வமான, எளிமையான, மென்மை யான, கூர்நோக்குடைய கவிதை அமைய வேண்டுமெனில், அவை இரண்டும் ஒருங்கு செல்ல வேண்டும். கவிதை முழுமையாக மனிதரை மட்டும் பற்றியதாகவோ, இயற்கையை மட்டும் பற்றிய தாகவோ இருக்கும்போது கவிதையை உருவாக்குவது கடினம். அவை இரண்டும் தனித்தனி நிலைகளில் அமைந்தால் அது பலவீன மாகவும் கற்பனையற்றும் இருக்கும். உணர்ச்சித் துடிப்பையோ, ஆறுதலையோ அளிக்க இயலாததாக மாறிவிடும்.’’ **(2014:41)**

இது அப்படியே சங்கப் பாடலுக்கு என்று கூறிய இலக்கணம் போன்றே இருக்கிறது என்று மகிழ்வார், அடிகள். காரணம், ஃபுரூக்ஸ் கூறும் இயற்கை உலகு, மனித இயற்கை இவை இரண்டின் ஒருங்கிணைவு சங்கப் பாடலில் முற்றிலும் சாத்தியமாகியுள்ளது. அவை தனியே துருத்தியவாறும் அமையவில்லை. இதையே, 'ஆங்கில மொழியின் வோர்ட்ஸ்வொர்த்தின் பாடலைப் போலச் சங்க இலக்கியப் பாக்கள் எதுவும் 'இது காண் இயற்கை' என்று விளம்பரப்படுத்தாது' என்பார், மு.வரதராசனார். *(2014:20)*

இது குறித்து மேலும் எளிமையாக விளக்குகிறார், தமிழவன்: 'சங்க இலக்கியத்தில் இயற்கை தனியாக வருவதில்லை. அன்றைக்குத் தாமரைப் பூத்துள்ளது; ஞாயிறு ஒளிர்கிறது; தளிர்கள் ஆடுகின்றன; கிளி ஒன்று வருகின்றது என்றெல்லாம் எழுதினால் அதற்குப் பொருள் இல்லை. பொருள் கிடைக்க வேண்டுமெனில், மனித அடையாளம் ஒன்று இயற்கையில் இணைக்கப்பட வேண்டும். அது தான் சங்க இலக்கிய முறை.' *(தீராநதி, ஜனவரி, 2008)*

மனிதரும் சூழலும் இணைந்ததே இலக்கியம். 'ஒரு நிலத்தில் மனிதர்கள் நிலைத்து வாழத் தொடங்கியதும், அதன் சுற்றுச்சூழல் சார்ந்தே அவர்களின் பழக்க வழக்கங்களும் நடைமுறைகளும் உருவாகின. பல தலைமுறைகளுக்குப் பின்னர் அதுவே அவர் களின் பண்பாட்டுக் கூறுகளாகவும் மாறின. பின்னர், அவை அவர்களுடைய இலக்கியங்களிலும் பிரதிபலித்தன'' என்பார், பேரா.அ.ராமசாமி. *(புதுவிசை, மே, 2015)*

இதன் காரணமாகவே, சங்கக் கவிதைகள் நிலத்தின் முத்திரை களைக் கொண்டுள்ளன. தமிழகத்தின் வெப்பமண்டலத் தட்ப வெப்பநிலை அப்படியொரு சாத்தியத்தை நம் கவிதைகளுக்கு வழங்கியது. ஐரோப்பாவில் ஆண்டின் பெரும்பான்மை மாதங்கள் குளிர் மற்றும் பனிப்பொழிவின் காரணமாக வீட்டைவிட்டு வெளிவர முடியாத அளவுக்கு அவர்களை முடக்கிவிடும். இதை, ''உயர்ந்த அட்சக் கோட்டுப் பகுதிகளில் நிலவும் நெடிய குளிர் காலங்கள், மக்களை அதிக நேரம் வீட்டுக்குள்ளேயே அமர்ந்து புதுப்புனைவு செய்யும்படி விட்டுவிடுகிறது'' என்பார், புக்கர் பரிசு பெற்ற எழுத்தாளர் ஜேரட் டைமண்ட். *(2013:28)*

மாறாக, நம் கவிஞர்களுக்கு வெப்பம் தணிக்க மரங்களின் நிழல்கள் காத்திருந்தன. குளிர்க்காற்று வேண்டி, நீர்நிலைகளை

நாடியதால், சுற்றுச்சூழலோடு நெருங்கி உறவாடும் வாழ்க்கை முறை வாய்த்திருந்தது. புழுங்கும் வேனிலில் (வசந்தத்தில்!) வீட்டுக்கு வெளியே மரத்தின்கீழே படுத்து, மரத்தைத் துல்லியமாகக் கவனிக்கும் வாய்ப்புக் கிடைத்திருக்கும். இந்த வாய்ப்பு மேற்கத்திய கவிஞர்களுக்கு வாய்க்கவில்லை என்பார், தனிநாயகம் அடிகள்.

*

10 நாராய் நாராய்
செங்கால் நாராய்

இலக்கியத்தில் சூழலியல் எப்படிப் பதிவாக வேண்டும் என்பதற்கு நமக்கு வழிகாட்டுகிறது வேளூர் ஆத்மநாத தேசிகர் என்பவர் இயற்றிய 'சோழமண்டல சதகம்' என்னும் நூலில் இடம்பெற்றுள்ள சத்திமுற்றப் புலவர் இயற்றிய ஒரு பழைய பாடல். *(2010:48)*

சோழ நாட்டின் தாராசுரம் அருகேயுள்ள சத்திமுற்றம் என்னும் ஊரிலிருந்து, தன் வறுமையைப் போக்கும் பரிசில் வேண்டி, ஓர் ஏழைப்புலவர், பாண்டிய மன்னனைச் சந்திக்க மதுரை வருகிறார். ஆனால், சந்திக்க முடியாமல் காலதாமதம் ஆகிறது. ஆகையால், ஊரில் காத்திருக்கும் தன் மனைவிக்குத் தன் நிலைக்குறித்து விளக்கி, நாரையைத் தூது அனுப்புவதாகக் கற்பனை செய்து பாடிய பாடல் *(66)*அது.

ஒரு நாரையின் அலகுக்கு நெடுநாளாக உவமை தேடிக் கொண்டிருந்த அந்தப் பாண்டிய மன்னன், ஓர் இரவில் நகர்வலம் வந்தபோது இப்பாடலைக் கேட்டு, அய்யம் தீர்ந்ததுடன், குளிரில் நடுங்கிக் கிடந்த, புலவருக்குப் போர்வையும் பின்னர்ப் பரிசிலும் வழங்கினார் என்பது அந்நூலில் காணப்பெறும் செய்தி. அப்பாடலில் சூழலியல் செய்திகளைத் தாங்கி அமைந்துள்ள வரிகள் இவை:

> **'நாராய் நாராய் செங்கால் நாராய்**
> **பழம்படு பனையின் கிழங்கு பிளந்தன்ன**
> **பவளக் கூர்வாய்ச் செங்கால் நாராய்**
> **நீயும்நின் பெடையும் தென்திசைக் குமரியாடி**
> **வடதிசைக்கு ஏகுவீர் ஆயின்...'**

புலவர், தம் மனைவிக்குச் செய்தி அனுப்ப வேண்டும் என்கிற ஏக்கத்தில் கற்பனையில் செங்கால் நாரை என்னும் பறவையைத் தூது அனுப்புகிறார். இப்பறவை ஆங்கிலத்தில், 'பெயிண்டட் ஸ்டோர்க்'

(Painted Stork (Mycteria leucocephala)) என்று அழைக்கப்படும் பறவை என்று நெடுங்காலம் நம்பப்பட்டு வந்தது. ஆனால், பாடலைச் 'சூழலியல் திறனாய்வு'க்கு உட்படுத்திய மா.கிருஷ்ணன், அது தவறானது என்று மெய்ப்பித்தார்.

இவர், தமிழின் பழம்பெரும் நாவலாசிரியர் அ.மாதவையாவின் மைந்தர். தொடக்கத்தில் சிறுகதைகள் எழுதிக்கொண்டிருந்தவர் பிறகு, சூழல் இலக்கியத்துக்கு மாறுகிறார். ஐம்பதுகளில் 'Esquire' என்கிற ஆங்கில மாத இதழில் எழுதிய கட்டுரை ஒன்றில் இச்செய்தி காணப்படுவதாகத் தியடோர் பாஸ்கரன் தெரிவிக்கிறார். (2021:130) மா.கிருஷ்ணனின் ஆய்வை அடிப்படையாகக் கொண்டு, இப் பாடலை விரிவாக ஆராய்வோம்.

பாடலின் முதல் வரியை எடுத்துக்கொள்வோம். அது நாரையின் கால் சிவந்த நிறத்தில் இருப்பதைத் தெரிவிக்கிறது (செங்கால் நாராய்). அதன் அலகை விவரிக்கும் இரண்டாவது வரியோ, பனங்கிழங்கை இரண்டாக வகிர்ந்தது போல இருப்பதாகக் கூறு கிறது (பழம்படு பனையின் கிழங்கு பிளந்தன்ன). இங்குத்தான் ஓர் ஐயம் எழுகிறது. பனங்கிழங்கின் முனை கூர்மையானது. அப்படியெனில் இந்த உவமை, 'பெயிண்டட் ஸ்டோர்க்' எனப் படும், 'சங்குவளை நாரை'க்குப் பொருந்தாது. அதன் மேற்புற அலகின் நுனி கீழ்நோக்கி வளைந்திருக்கும்.

இதை மேலும் தெளிவாக்கிட மூன்றாம் வரி நோக்கி நகர்வோம். அது, 'பவளக் கூர்வாய்' என்கிறது. அப்பறவையின் அலகு பவளம் போன்ற செந்நிறம். ஆனால், 'சங்குவளை நாரை'யின் அலகோ மஞ்சள் நிறம். ஆகவே, அந்நாரைக்குத் தமிழில் 'மஞ்சள் மூக்கு நாரை' என்கிற பெயருமுண்டு. மேலும், இவ்வகை நாரைக்கு நெடுநல்வாடையிலும் (17) புறநானூற்றிலும் (351) 'செவ்வரி நாரை' என்கிற பெயர் ஏற்கனவே சூட்டப்பட்டுவிட்டது. அப்படி யானால், செங்கால் நாரை என்பது எது? பாடலைத் தொடர்வோம்.

நான்காம், ஐந்தாம் வரிகள் ஓர் அறிவியல் உண்மையை நோக்கி நகர்கின்றன. 'தென்திசைக் குமரியாடி வடதிசைக்கு ஏகு வீராயின்...' இது பறவைகளின் வலசையைப் பற்றி விவரிக்கும் வரிகளாகும். தமிழ்நாட்டின் எல்லைக்குள் பறவைகளின் வலசை தென்வடலாகவே நடைபெறும். கிழக்கு மேற்காக நடைபெற்ற தாகப் பதிவில்லை. இதைச் சங்க இலக்கியத்தின் மற்றொரு

பாடலும் தெளிவாக்குகிறது. 'குமரிஅம் பெருந்துறை அயிரை மாந்தி வடமலை பெயர்குவை ஆயின்' (புறம். 67).

ஆனால், இந்த உண்மை நம் ஊடகங்களுக்குத் தெரிவதில்லை. சொல்லிக் கொடுத்தாலும், வருவதில்லை. தமிழ்நாட்டுக்கு வலசை வரும் வெளிநாட்டுப் பறவைகள் இங்குக் கூடுகட்டி, இனப் பெருக்கம் செய்யாது என்று மா.கிருஷ்ணன் தொடங்கித் தியடோர் பாஸ்கரன் வரையான பறவையியலாளர்கள் பலமுறை கூறியும், 'வேடந்தாங்கலில் வெளிநாட்டுப் பறவைகள் கூடுகட்டின' என்று ஆண்டுதோறும் தவறாமல் எழுதுபவர்கள், அவர்கள். செய்தி ஆசிரியரும் ஒப்புநோக்காமல் என்ன செய்கிறார் என்பது விளங்க வில்லை.

நம் ஊர்ப்புறங்களில் காணப்படும், 'கூகை' என்கிற ஆந்தை வகையை நம் மக்கள் நன்கறிவர். அதைப் படமெடுத்துப் போட்டு ஒரு நாளிதழ், 'ஆஸ்திரேலியாவிலிருந்து வந்த ஆந்தைப் பிடி பட்டது' என்று செய்தி வெளியிட்டது. சில நாட்கள் சென்றதும் மற்றொரு நாளிதழ், முந்தைய நாளிதழ் வெளியிட்ட செய்தியை அப்படியே போட்டால் தமக்கு மரியாதை கிடையாது என்று நினைத்ததோ என்னவோ, செய்தியை மாற்றி வெளியிட்டது: 'ஆப்பிரிக்காவிலிருந்து வந்த ஆந்தை பிடிபட்டது.' ஆஸ்திரேலியா கிழக்கில் இருக்க, ஆப்பிரிக்காவோ மேற்கில் உள்ளது. இங்கு வலசை கிழக்கு மேற்காக நடைபெறுவதில்லை. தவிர, ஆந்தையும் வலசை போகும் பறவை கிடையாது.

செய்மதி (செயற்கைக்கோள்) கருவிகளைத் தம் வசம் வைத்துள்ள ஊடகங்கள் அறியாத அறிவியலைச் சில நூற்றாண்டுகளுக்கு முன்பு வாழ்ந்த ஓர் ஏழைப்புலவர் அறிந்திருந்தார் என்பது எவ்வளவு சிறப்பு. அதுமட்டுமன்றி, வலசைப் பறவைகள் குறித்து இருபது நூற்றாண்டுகளுக்கு முன்பே சங்க இலக்கியமும் அறிந்திருந்தது. வேற்று நிலத்திலிருந்து புதிதாக வலசை வந்த நாரைகளை அது, 'வம்ப நாரைகள்' என்றழைத்தது. 'வம்ப நாரை சேக்கும்' என்று குறுந்தொகையும் (236), 'வம்ப நாரை இனன் ஒலித்தன்ன' என அகநானூறும் (100) தெரிவிக்கின்றன. இப்போது மீண்டும் பாடல் வரிகளைப் பார்ப்போம்.

பாடல் குறிப்பிடும் வலசைச் செய்தியின்படி 'செங்கால் நாரை' என்பது கட்டாயமாகச் 'சங்குவளை நாரை' இல்லை என்பது

உறுதியாகிவிட்டது. ஏனெனில், இது உள்நாட்டுப் பறவை. மற்றொரு வகை நாரையான 'வைட் ஸ்டோர்க்' (White Stork (Ciconia Ciconia)) என்றழைக்கப்படும் நாரை ஐரோப்பாவைத் தாயகமாகக் கொண்ட பறவை. இப்பறவையே, 'செங்கால் நாரை' என்று இறுதியில் தெளிவுபடுத்தினார், மா.கிருஷ்ணன்.

இது அரிதாக வலசை வரும் பறவை. அயல்நாடுகளில் இதை, 'நற்செய்தி கொண்டுவரும் பறவை' என்று நம்புகின்றனர். அது சத்திமுற்றப் புலவருக்கு எப்படித் தெரிந்தது? அல்லது தமிழ் நாட்டிலும் அந்நம்பிக்கை நிலவியதா? எத்தனையோ பறவைகள் இருக்கத் தன் மனைவிக்குத் தூதனுப்பப் புலவர் செங்கால் நாரையைத் தேர்வு செய்தது ஏன்? அனைத்தும் அறிவைத் தூண்டும் கேள்விகள்.

தலைவனுக்காக மரத்தின்கீழே காத்திருக்கும் தலைவியைப் பற்றிப் பேசும்போது, சங்க இலக்கியம் தேவையின்றி மரத்தைப் பற்றி ஏன் விவரிக்க வேண்டும் என்ற கேள்விக்கான பதில் இப்போது தெரிகிறதா? இதுதான், 'இவ்வளவு டீடெயில் தேவையா?' என்ற கேள்விக்கான பதில். இந்த விவரணைகள்தான் நம் பண்டைய மக்களின் அறிவியல் சிந்தனைகளை நமக்கு அள்ளித் தருகின்றன. நாம் இயற்கை அறிவியல் சிந்தனையில் எவ்வளவு நுட்பமான அறிவைக் கொண்டிருந்தோம் என்பதைச் சொல்லாமல் சொல்கின்றன. ஆனால், அண்மைக்கால எழுத்துக்கள்...?

கவிப்பேரரசு வைரமுத்து, 'மூன்றாம் உலகப் போர்' என்றொரு தொடரை ஆனந்த விகடனில் எழுதியபோது, அதன் முதல் இயலில் கடற்கரையில் இறந்து கிடக்கும், 'பெலிகன்' பறவைகளைப் பற்றி எழுதியிருந்தார். அப்பறவைகளை அவர் பெலிகன் என்றே குறிப்பிட்டிருந்தார். அதற்குத் தமிழில் 'கூழைக்கடா' என்று பெயர். அந்தக் கூழைக்கடாவின் அலகைப் 'பழம்படுப் பனையின் கிழங்கு பிளந்தன்ன' என்று அவர் வருணித்திருப்பது கண்டு வருத்த மடைந்தேன்.

பறவையியலில் ஆர்வம் கொண்டவர்கள் கூழைக்கடாவின் அலகை நன்கறிவர். கூழைக்கடாவின் மேற்புற அலகின் நுனி, சங்கு வளை நாரையைப் போலவே கீழ்நோக்கி வளைந்திருப்பதுடன், அதன் கீழ்ப்புற அலகின் அடிப்புறத்தில் பை போன்ற அமைப்பு ஒன்று தொங்கும். கூழைக்கடா மீனைப் பிடித்தால், அம்மீன்

முதலில் இந்தப் பைக்குள் தங்கித் துள்ளும். பிறகே, அதிலிருந்து மீனையெடுத்துத் தன் வாய்க்குள் கூழைக்கடா அனுப்பும். இதுவே கூழைக்கடாவின் அலகு அமைப்பு.

எனவே, பனங்கிழங்கு உவமை கூழைக்கடாவுக்குப் பொருந்தாது. அது ஐக்கிய அமெரிக்காவைச் சேர்ந்த வெள்ளைக் கூழைக்கடாவாக (American white pelican, (Pelecanus erythrorhynchos)) இருந்தாலும் சரி, இங்குள்ள கூழைக்கடாவாக (Spot-billed pelican, (pelecanus phillippensis)) இருந்தாலும் சரி, இரண்டுக்கும் ஒரே அலகு அமைப்புதான்.

இப்படியான பொருட்பிழையோடு ஒப்பிடுகையில்தான் நமக்குச் சத்திமுற்றப் புலவரின் உயரம் தெரிகிறது.

*

11 கபிலர் ஏன் மருதம் பாடவில்லை?

ஒரு காலத்தில் சிறப்பாக விளங்கிய நமது சூழலியல் சிந்தனை, பிற்காலத்தில் வீழ்ச்சியடைந்தது ஏன்? இது ஆய்வுக்குரிய ஒரு வினா. இதற்குப் பல்வேறு கோணங்களில் நமக்கு விடை கிடைக்கின்றது. முதலில் இலக்கிய நோக்கில் மு.வரதராசனார் அளிக்கும் விடையைக் காண்போம். ''பிற்காலப் புலவர்கள் இயற்கையைத் தாமே காணாது பழைய நூல்களில் உள்ளவற்றை அப்படியே பிரதி செய்தனர். அவர்கள் தரும் இயற்கை வருணனைகளில் உண்மை இல்லை. தெளிவும் இல்லை.'' *(2014:449)*

இதைப் படித்ததும் தற்போது தமிழில் எழுதப்படும் சில இயற்கை சார்ந்த கவிதைகள் நினைவுக்கு வருகின்றன. அவை களம் சார்ந்து எழுதப்பட்டவை அல்ல. 'டிஸ்கவரி மற்றும் நேசனல் ஜியாகிரபி' அலைவரிசைகளைப் பார்த்து எழுதப்பட்டவை என்பதை அடிப்படைச் சூழலியல் அறிவு கொண்ட எவரும் எளிதாகப் புரிந்துகொள்வர்.

தனிநாயகம் அடிகளும் வீழ்ச்சி குறித்து விளக்குகிறார்: ''பிற்காலக் கவிதைகளில் இயற்கை மீதான விசுவாசம் மிகுதியாகிப் போய், வெறும் எடுத்துரைப்பாக மாறிப் படிமத்தன்மையையும் கவிதை வெளிப்பாட்டையும் நசுக்கிவிட்டது.'' *(2014:43)* இப்போக்குச் சிலப்பதிகாரக் காலத்திலேயே தொடங்கிவிட்டது என்பது வியப்பளிக்கிறது.

'இயற்கை விருந்து' என்னும் நூலில் இரா.சாரங்கபாணி கூறும் காரணத்தை நமக்கு எடுத்துரைக்கிறார் சோ.குருசாமி: ''சங்கக் கவிதைகளில் இயற்கையை இயல்பாய்ப் பயன்படுத்தினர். காப்பியக் காலங்களிலோ அது மிகை வருணனையாக மாறிவிட்டது. சிலப்பதிகாரத்தில் சில இடங்களில், இயற்கை உயர்வு நவிற்சியாக அமைந்திருப்பதைக் காணலாம்.'' *(2012:50)*

நேரடியாகக் காண்கிற இயற்கையைச் சற்று மிகையாக உயர்வு நவிற்சியில் வருணிப்பதை, அதுவும் ஒரு அணிவகை என்பதால் ஏற்றுக்கொள்ளலாம். ஆனால், எதையும் காணாமலேயே இயற்கையை எழுதும் போக்கை என்ன சொல்வது? இங்கு ஈழம் குறித்து நிறையக் கவிதைகள் எழுதப்பட்டன. அதில் தவறில்லை. அக்கரைத் தமிழர்கள் படும் துயரம் இக்கரைத் தமிழர்களின் மனதைத் துன்புறுத்தியது உண்மையே. ஆனால், இவற்றில் பல கவிதைகள் ஈழநிலத்துக்கே நேரில் சென்று பார்த்தது போல எழுதப்பட்டன.

அதை ஒப்பேற்ற நிலக்காட்சியில் சில பனைமரங்களை இணைத்தனர். அசல் ஈழத்து எழுத்துக்களைப் படிக்கையில் இப்போலித்தன்மை எளிதாக வெளிப்பட்டு விடுகிறது. அக்கரைத் துயரைக் கேட்டு வாடும் இக்கரையின் மனத்துயராக அதைப் பதிவு செய்திருந்தால் சிறப்பாக இருந்திருக்கும். தெரியாத நிலக்காட்சியைத் தெரிந்தது போல எழுதினால் பொருந்தாச் செய்தியாகி விடுகிறது.

தமிழ்க் கவிஞர்களின் இப்போக்குக் குறித்துக் கவிஞர் சுகுமாரன் சொல்வார்: ''சிம்பொனி என்பதையே கேட்காத ஒரு ஆள் அதைப் பற்றிக் கவிதை எழுதிட முடியும். பியானோ என்பதைப் பக்கத்தில்கூடப் பார்க்காத ஒரு ஆள் பியானோவைப் பற்றிக் கவிதை எழுத முடியும். இப்படித் தமிழில் நிறையக் கவிதைகள் வந்திருக்கின்றன என்பது என் கணிப்பு.'' *(காலச்சுவடு, டிசம்பர். 2008)*

ஆனால், சங்கப் புலவர்கள் இவ்வாறு செய்யவில்லை. அவர்கள் தமக்குத் தெரிந்தை மட்டுமே எழுதினர். அதை மு.வ. தெளிவாக்குகிறார்: ''கபிலர் மருதநிலத்தைப் பாடவில்லை. பாலைப் பாடிய பெருங்கடுங்கோ நெய்தலைப் பாடவில்லை.'' *(2014:450)*

இவை இலக்கியத்தில் நிகழ்ந்த வீழ்ச்சி என்றால் அரசியலில் நிகழ்ந்த வீழ்ச்சியை நமக்குக் காட்டுகின்றார் பேராசிரியர் கார்த்திகேசு சிவத்தம்பி: 'சங்ககால அழிவுக்குப் பின்னர் அரசியல் ஆதிக்கத்தின் தன்மை மாறியதே காரணம். இதைக் கலித்தொகையில் கருப்பொருள் கையாளப்படும் முறையிலிருந்தே அறியலாம்' என்கிறார், அவர். முன்பு இனக்குழு மனிதருள் ஒருவராக இருந்த பாட்டுடைத் தலைவன் குறிஞ்சிக்கலியில் (பா.48) காட்டின் உரிமையாளனாவதை அவர் சுட்டிக் காட்டுகின்றார்.

மேலும், 'பேரரசுளின் விரிவு, வெளிநாட்டு ஆதிக்கத்தின் குறுக்கீடு, பார்ப்பனியத்தின் செல்வாக்கு ஆகியவை மருதம் தவிர்த்த மற்ற நிலங்களைப் படிப்படியாகப் பின்னுக்குத் தள்ளின. பல்லவர் ஆட்சியில் மருதம் அல்லாத நிலப்பிரிவுகளில் வாழ்ந்த மக்கள், சாதிக்கு அப்பாற்பட்ட தாழ்ந்தவர்கள் எனக் கருதப்பட்டனர். அதன் பின்னர்த் திணைக்கோட்பாடு, இலக்கண அறிஞர்களின் விவாதப் பொருளாகவும், பழங்காலத் திணை வழக்கைப் பின்பற்றிப் போலிக் கவிதைகள் எழுதவுமே பயன்பட்டது' என்பது பேராசிரியரின் கருத்து. (2019:67,68)

மற்றொரு பேராசிரியரான ஆ. வேலுப்பிள்ளை முன்வைக்கும் கருத்து வேறுவிதமானது. அவர் சங்க காலத்தை இயற்கைநெறிக் காலம் என்றும், குறள் காலத்தை அறநெறிக் காலம் என்றும், பக்தி இயக்கக் காலத்தைச் சமயநெறிக் காலம் என்றும் வகுக்கிறார்.

அதன் அடிப்படையில், "சங்ககால மக்கள் இயற்கைநெறி வாழ்வில் ஈடுபாடு மிக்கவர். வட-இந்திய சமயங்கள் இங்கு நுழைந்த போது, அவர்களின் மதப்பரவலுக்குத் தமிழ் மக்களின் இயற்கை வாழ்வியல் இடையூறாக இருந்தது. அவர்களை நிறுவனமயமான ஆன்மீகத்தின் பக்கம் திருப்ப வேண்டுமெனில், அவர்களின் இயற்கைநெறியின் மீதான பற்றை அறுக்க வேண்டும். அதாவது, அவர்களின் இயற்கை உலகை, விண்ணுலகுக்கு இடம் மாற்ற வேண்டும். அதற்கு, 'நிலையாமை' என்ற தத்துவம் உதவியது" என்கிறார், அவர். (2016:35)

"நிலையாமை என்பது, வட-இந்தியருடைய கருத்தாகத் தமிழ் நாட்டிற்குள் நுழைந்திருக்கலாம் என்பதற்குச் சான்றுள்ளது" என்று கூறும் அவர், புறநானூற்றில் நிலையாமையை வலியுறுத்திப் பாடிய புலவர்களுள் சிலர் சங்க வருணர், வான்மீகியார், கோதமனார் என வடமொழி பெயருடையவர்கள் என்கிறார். (2016:35) அவர்கள், தம் நிலையாமைக் கொள்கையைத் தமிழ் மக்களிடம் திணிக்க, அம்மக்கள் நம்பிய இயற்கைநெறியைத் தம் ஆயுதமாக மாற்றிக்கொண்டனர். 'வளர்பிறையும் தேய்பிறையும் மாறி மாறி வருவது வாழ்க்கை நிலையாமையைக் காட்டுகிறது; எனவே, வருந்தி வருபவருக்கு ஈயவேண்டும். புலவராற் பாடப் படும் புகழுடையோரே விண்ணுலகுச் செல்வர்.' (புறம் 27) என்றெல்லாம் கூறப்பட்டது.

யாருக்கு ஈயவேண்டும்? இந்தக் கேள்விக்குப் புறநானூறே பதில் சொல்கிறது. 'ஏற்ற பார்ப்பார்க்கு ஈர்ங்கை நிறையப் பூவும் பொன்னும் புனல்படச் சொரிந்து' (புறம்.367). "நிலையாமைக்கும் வைதீகச் சமயத்துக்கும் தொடர்புண்டு. எனவே, நிலையாமையை வற்புறுத்தி, அதிலிருந்து ஈடேறும் வழியாகப் பார்ப்பனரை ஆதரித் தலாகிய நல்வினை கூறப்பட்டது" என்கிறார், வேலுப்பிள்ளை. (2016:36-39)

ஐந்திணை மரபின் சிதைவுக்கு அற நூல்களின் பரப்புரை காரணமாக இருந்ததையும் அவர் குறிப்பிடுகிறார். குறிஞ்சியின் களவொழுக்கம் வெறுக்கப்பட்டது ('ஐயர் யாத்தனர் கரணம் என்ப'). ஆறலைத்தல் கடியப்பட்டதால் பாலை ஒழுக்கமும், பரத்தமைக் கண்டிக்கப்பட்டதால் மருத ஒழுக்கமும், மீன்பிடித்தல் ஒதுக்கப்பட்டதால் நெய்தல் ஒழுக்கமும், போர் ஒதுக்கப்பட்டதால் வினைவயிற் பிரிதலுக்கு இடமின்றி முல்லை ஒழுக்கமும் பாதிக் கப்பட்டன என்பது அவர் விளக்கம். (2016:59)

இவை சரியா? தவறா? என்பதில்லை வினா. இயற்கையை ஒழுகி வாழ்ந்த ஓர் இனக்குழுவின் வாழ்வியல் மதிப்பீட்டைச் சரி அல்லது தவறு என்று தீர்மானிக்கும் அதிகாரத்தை இவர்களுக்கு வழங்கியது யார் என்பதே கேள்வி. திணைமரபைக் கலைத்துப் போட்ட இந்த அதிகாரம் எங்கிருந்து நுழைந்தது?

*

12 தமிழில்
வசந்தகாலக் குற்றங்கள்

தமிழுக்கென்று தனிநிலம் உண்டு. அந்நிலத்துக்கு என்று தனித்த சுற்றுச்சூழலும் உண்டு. இந்த நிலமும் சூழலும்தான் நம் மொழியில் உறவாடுகின்றன. தமிழோடு ஒப்பிடுகையில் தனக்கென்று ஒரு தனித்த நிலமற்று அலையும் மொழி, சமஸ்கிருதம். அதுபோலத் தமிழ்நாடு அளவுக்குப் பல்லுயிர் செறிவில்லாத ஒரு நிலத்தில் உரு வான மொழி, ஆங்கிலம். ஆனால், இவ்விரு மொழிகளும் தமிழ் மொழிக்குள் ஊடுருவி நிகழ்த்தும் சிதைவுகள் சொல்லி மாளாது.

இச்சிதைவில் நம்முடைய எழுத்தாளுமைகளுக்கும் பங்குள்ளது. நம் நிலச் சூழலை வேராகக் கொண்ட சொற்கள் நம்மிடம் ஏராள மாக இருந்தும், அவற்றைப் புறக்கணித்து, வேற்றுநிலப் பண்புகளை வேராகக் கொண்ட அந்நியச் சொற்களை நம் மொழிக்குள் திணிக்கும் இவர்களின் 'கோமாளித்தனம்' ஒரு துன்பியல் நகைச்சுவை.

ஆங்கில மொழி பேசும் இங்கிலாந்தில் ஆண்டின் பெரும்பகுதி குளிர் நிலவும். நெடுங்காலம் குளிரில் வாடும் அவர்களுக்கு மகிழ்ச்சி யைக் கொண்டு வருவது 'வெப்பம்' ஆகும். எனவே, வெப்பம் கொணரும் 'வேனில்' (Spring) பருவத்தை அவர்கள் வரவேற்பது இயல்பு. இப்பருவம் இல்லாத ஐரோப்பிய மொழி இலக்கியங்களே இருக்காது.

மாறாக, 'வெப்பமண்டலத்தில் வாழும் தமிழ் மக்கள் ஆண்டின் பெரும்பகுதியை வெயிலில் கழிப்பர். எனவே, குளிர்ச்சியைக் கொணரும் கார்காலத்தை வரவேற்பது நமது இயல்பு. அதனால் தான், பழந்தமிழ் இலக்கியங்களில் வெப்பம் கடியப்படும். கார் காலம் மிகுந்த எதிர்பார்ப்போடு வரவேற்கப்படும். இத்தகைய சூழலியல் தன்மைகளே அனைத்துப் பண்பாட்டுச் சொல்லாடல் களிலும் வெளிப்படுகின்றன. அதனாலேயே, ஆங்கில இலக்கியங் களில் அன்புக்கும் பக்திக்கும் மிதவெப்பம் ஒப்பிடப்பட்டு வர வேற்கப்படுகிறது' என்பார், தனிநாயகம் அடிகள். ***(2014:9)***

ஆங்கிலத்தில் ஒருவரை வரவேற்கப் பயன்படுத்தும் சொல், 'வார்ம் வெல்கம்' (warm welcome). அதுபோல, அவர்கள் நல் இதயத்தைக் குறிக்க, 'வார்ம் ஹார்ட்' (warm heart) என்பர். இவை அனைத்தும் (மித)வெப்பத்தைக் குறிக்கும் சொற்களாக அமைந் துள்ளதைக் கவனிக்கவும். தமிழிலோ, இதற்கு நேர்மாறாக, 'மனம் குளிர்ந்த வரவேற்பு', 'ஈரநெஞ்சம்' எனக் குளிர்ச்சியைக் குறிக்கும் சொற்களாக அமையும்.

ஆங்கில மொழி அவர்கள் நிலத்துக்குப் பொருந்துமாறு தம் குழந்தைகளுக்கு, 'Rain rain go away' எனச் சொல்லித் தந்தது. தமிழோ, மழை கொணரும் கருமுகிலை 'எழிலி' என்று வருணித்தது. காதலியின் கண்களையும் நீர்ப்பூக்களின் இதழ்களோடு ஒப் பிட்டது. அவ்வளவு ஏன், நமக்கு மொழியும்கூடக் குளிர்ச்சிதான். தண்+தமிழ் = தண்டமிழ். இதுபோன்று நிறைய ஒப்பீடுகளைக் காணமுடியும்.

இப்போது வடமொழி சொற்களுக்கு வருவோம். ஐரோப்பா அளவுக்கு இல்லாவிடினும், தமிழ்நாட்டுடன் ஒப்பிடுகையில், வட இந்தியாவும் குளிர்ப்பகுதியே. அங்கு நிலவும் குளிரால் அவர் களுக்கும் வெப்பம்தான் வரவேற்புக்குரியது. ஆகவே, வேனிற் காலமான வசந்தத்தை வரவேற்கவே, அங்கு ஹோலிப் பண்டிகை கொண்டாடப்படுகிறது. சுற்றுச்சூழல் சார்ந்த இந்த அடிப்படை உண்மையைப் புரிந்துகொள்ளாமல், தமிழில் புழங்கும், 'வசந்த கவிதைகள்' உண்மையில் எரிச்சலூட்டுகின்றன.

'வேனில்' என்கிற தமிழ்ச்சொல்லை, 'வசந்தம்' என்கிற சமஸ் கிருதச் சொல் கைப்பற்றிவிட்டது. காளிதாசன் கவிதைகள் ஏற் படுத்திய தாக்கத்தில் தொடங்கிய இப்போக்கு, இன்றுவரை தமிழ் இலக்கியத்தை வதைத்துக் கொண்டிருக்கிறது. இதைப் பொருத்த மாகப் பயன்படுத்தினாலும் பரவாயில்லை. ஆனால், வடநாட்டவரின் மனநிலையிலேயே பாடுவதுதான் வேடிக்கை. கவிதைகளில் இருந்து சான்று காட்டுவதைவிடப் பலரும் அறிந்த திரைப்பாடல் வரிகளில் சிலவற்றை எடுத்துக்கொள்வோம்.

'வசந்த கால நதிகளிலே, வைரமணி நீரலைகள்'

இப்பாடலை இளவேனிற் காலமான சித்திரை மாதத்தில் நீரின்றி வறண்டு கிடக்கும் தமிழகத்தின் ஏதாவது, ஓர் ஆற்றங்கரையில் நின்று பாடுவதைக் கற்பனை செய்து பார்க்கவும்.

'வா வா வசந்தமே, சுகம் தரும் சுகந்தமே...'

கசகசக்கும் கோடை வெயிலைச் சுகந்தம் தர வரவேற்கும் இந்தக் கற்பனையை என்னவென்று சொல்வீர்?

'ஓ... வசந்த ராஜா... தேன் சுமந்த ரோஜா...'

வசந்தம் என்பது தற்காலத்துக் கோடை. இத்தமிழ்ப் பாடலைத் தமிழில் மொழிபெயர்த்தால் அது, 'ஓ... கோடை மன்னா...' என்று வரும். யார் இந்தக் கோடை மன்னன்?

'தன் குடிகளைத் துன்புறுத்துகிற நேர்மையற்ற கொடுங்கோல் அரசனுக்கு உவமையாகக் கோடை ஞாயிறு கூறப்பட்டுள்ளது. சான்று வேண்டுமானால் கலித்தொகையின் முதல் நான்கு பாடல்களைப் பாருங்கள். ஆண்டிற்குச் சில மாதங்களேனும் வெயில் வாட்டும் ஒரு வெப்ப மண்டல நாட்டில், இப்படிக் கூறப்படுவது இயல்புதான்' என்பார் அடிகள். (2014:9) கூடுதலாகக் 'கொடிது ஓர்த்த மன்னவன் கோல் போல ஞாயிறு, கடுகுபு கதிர் மூட்டிக் காய் சினம் தெறுதலின்' என்கிற கலித்தொகைப் பாடல் வரிகளையும் (8:2-3) சேர்த்துக்கொள்ளலாம்.

திரைப்படப் பாடல்கள் மட்டும் இத்தவறைச் செய்யவில்லை. நம் கவிதைகளிலும் கதைகளிலும் இதுபோன்ற ஏராளமான 'வசந்த'க் கற்பனைகள் குவிந்து கிடக்கின்றன. தேடிப் படித்தால் சிரித்து மகிழலாம்.

தமிழ்நிலத்தில் இலையுதிர்க்கும் மரங்கள் உண்டு. 'உலவை இலை நீத்துக் குறுமுறி ஈன்றன மரனே' (அகம்.259) என்று அவற்றைச் சங்க இலக்கியமும் குறிப்பிடுகின்றது. ஆனால், 'இலையுதிர் காலம்' (Autum) என்று எதனையும் அது குறிப்பிடவில்லை. ஆங்கிலத்தில் இருந்து இறக்குமதியான அக்காலம் தற்காலத் தமிழ் எழுத்துக்களில் எங்கும் உதிர்ந்து கிடக்கின்றன. வசந்த காலம், இலையுதிர் காலம் அத்தனையும் தமிழ் எழுத்துக்களில் இருந்து திரட்டித் தொகுத்தால் ஒரு தனிநூலே எழுதிவிடலாம்.

அயல்மொழி சொற்களை ஏற்பதில் என்ன தவறு?

தவறில்லைதான். அதற்கு இணையான ஒரு சொல் தமிழில் இல்லாதபோது ஏற்பதில் தவறில்லை. எனவே, தமிழில் உள்ள சொற்களைக் கண்டடைய கொஞ்சமாவது முயற்சி செய்ய வேண்டும். எழுத்தாளுமை என்று சொல்லிக் கொள்பவர்களுக்கு அதைவிட வேறென்ன வேலை இருக்க முடியும்?

‘ஐஸ்’ என்ற சொல்லை எடுத்துக்கொள்வோம். இது ஆங்கிலச் சொல். எஸ்கிமோக்களின் மொழியில் ‘ஐஸ்’ என்பதைக் குறிக்க நுட்பமான பல சொற்கள் உள்ளன என்பர். வேறெந்த மொழி களிலும் அவ்வளவு சொற்கள் கிடையாதாம். ஏனெனில், அவர் களின் சுற்றுச்சூழலில் உறைபனியே எங்கும் பரவியுள்ளது. தமிழிலோ இதைக் குறிக்க ‘பனிக்கட்டி’ என்கிற சொல் மட்டுமே வழக்கில் உள்ளது. இது காரணப் பெயர். இது தமிழின் குற்றமன்று. ஏனெனில், நம் சுற்றுச்சூழலில் உறைபனி என்பது கிடையாது. எனவே, அதுசார்ந்த சொல் பிறக்கவில்லை. இப்படி நினைத்துச் சமாதானமும் அடைய முடியவில்லை.

தமிழ்நாட்டில் ‘ஆலங்கட்டி மழை’ பொழிகிறதே. அந்த மழைத் துளி, ‘ஐஸ்கட்டி’யாகத்தானே பொழிகிறது? என்று சிந்தனை எழுந்தது. இது தமிழ்நாட்டு மக்களுக்கு அறிமுகமான ஒன்று தானே? அதை என்ன பெயரில் குறித்திருப்பார்கள் என்று தேடினால், அது அதே பெயரில் ஒளிந்திருந்தது. ஆலம் + கட்டி = ஆலங்கட்டி. ‘ஆலம்’ என்றால் நீர். எனவே, அது ‘நீர்க்கட்டி’ என்ற பொருளைத் தருகிறது.

இருந்தும் மனநிறைவில்லை. மக்களின் பேச்சு வழக்கில் உண்டா என்று தேடினால், செட்டிநாட்டவர் ஐஸ்கட்டியை ‘குளிர்ச்சிக் கட்டி’ என்று கூறுவர் என்கிறார், மயிலை சீனி வேங்கடசாமி. *(2-2011:158)* அதுவும் இனிமைதான். இருப்பினும் இன்னும் எளிய சொல் கிடைக்குமா என்று சங்க இலக்கியங்களில் அடைக் கலமானேன். நம் சுற்றுச்சூழலில் நடைபெறும் ஒரு நிகழ்வு தானே ஆலங்கட்டி மழை? அதற்குண் சொல் இல்லாமலா வைத் திருக்கும் தமிழ்? தேடினால் அது ஏமாற்றவில்லை.

‘ஆலி தண் மழை தலைஇய’ *(ஐங்குறு நூறு. முல்லை புறவணி பத்து.7)*

சூர் பனிப்பன்ன தண் வரல் ஆலியோடு *(அகநானூறு. 304)*

‘ஆலி அழிதுளி தலைஇக் கால் வீழ்த்தன்று’ *(அகநானூறு. 323)*

ஆம். ‘ஆலி’ என்ற சொல்லை வழங்கியுள்ளது, தமிழ். பிற்கால நிகண்டுகளிலும் இச்சொல் காணப்படுகிறது. நாம்தாம் அதை எங்கோ தொலைத்துவிட்டோம். இன்று அதை மீட்டெடுப்பதில் என்ன தவறு? ஆகவேதான், என்னுடைய எழுத்துக்களில் ‘ஆலி’ என்னும் சொல்லையே தற்போது தொடர்ந்து பயன்படுத்தி வருகிறேன். ‘ஐஸ்கட்டி’யை இல்லை.

எழுத்தாளர் சு.தியடோர் பாஸ்கரன் அடிக்கடிக் கூறுவது நினைவுக்கு வருகிறது: "ஒரு வங்கியையே சொந்தமாக வைத் திருப்பவர், ஐந்துக்கும் பத்துக்கும் அடுத்தவரிடம் கையேந்துவது போலத் தமிழ்மொழி என்னும் வங்கியில் ஏராளமான கலைச் சொற்கள் குவிந்திருக்க, நாம் அடுத்த மொழியிடம் சொற்களைப் பிச்சை எடுக்கிறோம்."

*

பகுதி 3

சமஸ்கிருதம் தேவமொழி என்றால், அப்படியே ஆகட்டும். வானின்று வந்த மொழி என்றாலும், வானுறையும் தெய்வத்துடன் வாழ்வாங்கு வாழட்டும். எமக்குக் கவலையில்லை. ஆனால், தமிழ் என்பது நிலத்தில் புழங்கும் மொழி. அது கால்களில் புழுதித் தோய தெருவில் நடை பயில்கிறது. தூசி படிந்தால் துடைத்துக் கொள்கிறது. அழுக்கு ஒட்டினால், குளித்துக்கொள்கிறது. ஏனென்றால், தமிழ் என்பது மண்ணின் மொழி.

13 சமஸ்கிருதம் சூழலியல் மொழியா?

உயிரினங்களுக்கான அறிவியல் பெயரை, இலத்தீன் மொழியில் சூட்டுவது என்பது மரபு. இது உயிரியலாளர் கார்ல் லின்னேயஸ் வகுத்த முறை. ஓர் உயிரியின் உடல் உறுப்பைக் குறிக்கும் ஓர் இலத்தீன் மொழிச் சொல்லுடன், அது கண்டறியப்பட்ட இடத்தின் பெயரையோ அதைக் கண்டுபிடித்தவரின் பெயரையோ இணைத்துச் சூட்டுவது வழக்கம். இரண்டும் இல்லையேல் புகழ்பெற்ற மனிதர் ஒருவரின் பெயரைச் சூட்டுவர். ஆனால், மேற்குத் தொடர்ச்சி மலையில் புதிதாக இரு தவளை வகைகளைக் கண்டறிந்தபோது அவற்றுக்குச் சமஸ்கிருதப் பெயர்கள் சூட்டப்பட்டன (Nasikabatrachus sahyadrensis and Philautus neelannethrus). இது மரபை மீறிய செயல் என்று விமர்சிக்கின்றார், காட்டுயிர் அறிஞர் க.யோகானந்த். (2017:12)

இவற்றில், 'நாசிகா (மூக்கு), சாயாத்ரி (மேற்குத் தொடர்ச்சி மலை), நீலா (ஊதா), நேத்ரா (கண்) ஆகியவை சமஸ்கிருதப் பெயர்கள். தவளைகளைக் கண்டறிந்த ஆய்வாளர்கள் ஒருவேளை மரபை மீற நினைத்திருந்தால், தம் தாய்மொழியான மலையாளத் திலோ, கன்னடத்திலோ இல்லையெனில் திராவிட மொழிக் குடும் பத்தின் மூத்த மொழியான தமிழிலோ பெயர் வைத்திருக்கலாமே, ஏன் சமஸ்கிருதம்? என வினவுகிறார் அவர். (2017:13)

இதை உயிரியல் துறையில் ஊடுருவும் சமஸ்கிருதத்தின் முயற்சி என்று கூறலாம். ஏற்கனவே, சிந்துவெளி முத்திரையிலிருந்த ஒரு விலங்கை ஆரிய அடையாளமான குதிரையாகத் திரிக்க முயன்று வரலாற்று அரங்கில் அம்பலமானதை அறிவோம். துறைகள் அனைத் திலும் தன் ஆதிக்கத்தை நிலைநாட்ட முயலும் சமஸ்கிருதம், தற்போது இயற்கை அறிவியலையும் கைப்பற்ற முயல்கிறது. அது தன்னை ஒரு சூழலியல் மொழியாகக் காட்டிக்கொள்ள அனைத்து முயற்சிகளையும் மேற்கொண்டு வருகிறது.

இமயமலைப் பகுதியில் காட்டு மரங்களைக் காப்பாற்ற அவற்றை இறுகத்தழுவி போராடிய பழங்குடிப் பெண்களின் போராட்டம், 'சிப்கோ' இயக்கம் என்றழைக்கப்படுகிறது. சிப்கோ என்பது சமஸ்கிருதத்தின் குழந்தையான இந்திமொழிச் சொல். ஆனால், அப் போராட்டத்தை நடத்தியதோ பழங்குடிப் பெண்கள். அவர்கள் எப்படி இந்தியில் பெயர் சூட்டியிருக்க முடியும்? அவர்கள் தம் தாய்மொழியான 'கார்வால்' மொழியில்தான் பெயர் வைத்திருந் தனர். அது, 'அங்கலவாள்த்தா' என்பதாகும். அதன் பொருள் 'தழுவுதல்.' ஆனால், சிப்கோ என்ற இந்திமொழிச் சொல்லுக்குப் பொருள் 'ஒட்டிக்கொள்' என்பதாகும்.

ஒரு பழங்குடி மொழிச் சொல்லை ஓர் ஆதிக்க மொழி கைப் பற்றினால், அதன் பொருள் மட்டுமல்லாது, எதிர்காலத்தில் போராட்டத்தின் வரலாறே திரிந்திடும் ஆபத்துள்ளது. அப்படித் திரிக்கப்பட்ட வரலாற்றின் ஒரு காட்சியை இமாச்சலப் பிரதேச மாநிலத்தில் காணமுடிகிறது. அம்மாநிலக் கான்துறையால் காட்டுப் பகுதியின் சாலையோரங்களில் வைக்கப்பட்டுள்ள விளம்பரப் பலகைகளில் ஏறக்குறைய இவ்வாசகங்கள் காணப்படுவதைக் கூறு கின்றார், ராமச்சந்திர குகா. (2012:12) 'இந்துக்களின் வேத நூல்கள் கூறுகின்றன. மரங்கள் இன்றி மகிழ்ச்சி இல்லை.'

இவை, மரங்களையும் காட்டையும் காப்பதற்காகவே அவதரித் தவை சமஸ்கிருத இலக்கியம் என்கிற தோற்றப் பிழையைத் தரு கின்றன. ஆனால், 'மகாபாரதத்தின் காண்டவ வனத்தில் காட்டுயிர்கள் கொல்லப்படுவதும், மரங்களுக்குத் தீ வைக்கப்படுவதும் வீரகாவியப் பண்பாக வருணிக்கப்படுகிறது. சிந்து, கங்கைச் சமவெளிப் பகுதிகள் குறித்துப் பதியப் பெற்ற அக்காலத்தில், 'காடுகள் அழிப் பதற்கானவை' என்பதே இந்துக்களின் சிந்தனையாக இருந் துள்ளது' என்கிறார் இராமச்சந்திர குகா. (2012:13) இவ்விடத்தில் தான் காட்டுயிர்களுக்குச் சமஸ்கிருதப் பெயர்கள் சூட்டப்படுவதை நாம் இணைத்துப் பார்க்கவேண்டியுள்ளது.

1956இல் மானுடவியல் அறிஞரான எம்.என். சீனிவாசன், 'கூர்க் கிராமங்கள்' பற்றிய தன் ஆய்வுக்கட்டுரையில், 'சமஸ்கிருதமய மாதல்' என்னும் சொல்லை அறிமுகப்படுத்தினார். 'இந்தியப் பண் பாட்டின் ஊற்றாய் விளங்குவது சமஸ்கிருத மொழிவழிப்பட்ட பண்பாடு. அதனுடைய தாக்கத்தினாலேயே இந்தியா முழுமையும்

நாகரிகமும் பண்பாடும் வளர்ச்சியுறத் தொடங்கின' என்பவை அவருடைய கூற்று.

பழங்காலக் கிரேக்கர்கள் உலகில் தாங்களே நாகரிகமானவர் என்றும், மற்றவர்கள் காட்டுமிராண்டிகள் என்றும் எண்ணினர். அது போலவே ஆரியர்களும் தங்களைத் தவிர மற்றவரை, 'மிலேச்சர்' என்னும் சொல்லால் சுட்டினர். இவ்வழியில் எம்.என்.சீனிவாசனின் அரசியல் சொல்லாடல், நம் கவனத்துக்கு உள்ளாகிறது. அவர், 'ஆரியமயமாதல்' அல்லது 'பார்ப்பனமயமாதல்' என்ற சொல்லைப் பயன்படுத்தாமல் 'சமஸ்கிருதமயமாதல்' என்ற சொல்லை ஏன் தேர்வு செய்தார் என்பதன் பின்னே ஒரு வரலாற்று உண்மை மறைந்துள்ளது.

ஆரியர்களே உலகை ஆளப்பிறந்தவர்கள் என்கிற சிந்தனை கொண்ட இட்லரின் போர் வெறியால் நடந்த இரண்டாம் உலகப்போரின் தீமைகள் அனைவரும் அறிந்ததே. போருக்குப் பின்னர், 'யுனெஸ்கோ' நிறுவனம் 'இனத்தூய்மைக் கொள்கை'யை முறியடிக்கும் பொருட்டு, உலகின் பல பகுதிகளிலும் 'இனத்தூய்மை என்பது கட்டுக்கதை' என்கிற தலைப்பில் மாநாடுகளையும் கருத் தரங்குகளையும் நடத்தியது. அதனால், 'ஆரியம்' அடக்கி வாசிக்க வேண்டிய நிலைக்கு ஆளானது. அது இனவழிப் பண்பாடு (ஆரியம் என்பது மொழிக் குடும்பத்தின் பெயர் என்றாலும், ஆரியர் அதை இனமாகவே கருதினர்) என்கிற கருத்தியலை ஒதுக்கி வைத்துவிட்டு, 'மொழிவழிப் பண்பாடு' என்கிற கருத்தியலைக் கையில் எடுத்தது என்று அதன் தந்திரத்தை விளக்குவார், க.த.திருநாவுக்கரசு. (2014:10-13)

ஒடுக்கப்பட்ட சாதியினரும், பழங்குடிகளும் உயர்த்தப்பட்ட சாதியினரின் பழக்கவழக்கங்களைப் பின்பற்றித் தம்மை உயர்த்தப் பட்ட சாதியினராக உயர்த்திக்கொள்ள மேற்கொண்ட முயற்சி யைச் சுட்டிக்காட்டவே, 'சமஸ்கிருதமயமாதல்' என்கிற சொல் அறி முகமானது. அதன் எல்லையை அனைத்துத் துறைகளுக்கும் விரித்துச் செல்லும் முயற்சியே தற்போது சூழலியல் வரைக்கும் வந்துள்ளது எனலாம்.

தமிழ்மொழி சமஸ்கிருதமயமாவது என்பது தமிழை இழிவு படுத்துவதாகும். சமஸ்கிருதமயமாதல் என்கிற விளக்கத்தின்படி பார்த்தோமானால், தமிழ்மொழியானது தன் கீழ்மை நிலையிலிருந்து

ஆரியமரபின் மேன்மை நிலைக்கு உயரத் துடிக்கிறது என்னும் தவறான பொருளைத் தருகிறது. தமிழ், தனித்துவமான மொழி. குறிப்பாக, இயற்கை அறிவியலில் தமிழைப் போலத் தெளிந்த பார்வையோ, அறிவோ கொண்டதல்ல சமஸ்கிருதம்.

சமஸ்கிருதப் புராணங்களில் ஞாயிறு, நிலா, ஆறுகள், மரங்கள் ஆகியவை கவிஞர் சொல்வதைக் கேட்கவும் புரியவும் முடியும் என்கிற அளவிலேயே இருந்தது என்று மாக்ஸ்முல்லர் கூறுவதைச் சுட்டிகாட்டுவார், தனிநாயகம் அடிகள். இது தமிழர்களின் இயற்கை குறித்த கருத்தியலுக்குப் பொருந்தாது. இத்துடன், சமஸ்கிருத இலக்கிய வரலாறு என்னும் நூலில், ஆர்தர் ஏ.மக்டொனால்ட்ஸ் கூறுவதையும் எடுத்துக்காட்டுவார், அடிகள்.

''இயற்கை நிகழ்வுகளைக் கவிஞர் குழந்தை போன்ற அதிசயத் துடன் நோக்குகிறார். 'சூரியன் ஏன் வானத்திலிருந்து விழவில்லை?' என ஒரு கவிஞர் கேட்க, மற்றொருவரோ 'பகலில் நட்சத்திரங்கள் எங்குச் செல்கின்றன?' என்று வினவுகிறார். 'எல்லா ஆறுகளும் நீரைக் கடலில் கொண்டு சேர்த்தும், அது ஏன் நிரம்பவில்லை?' என்பது மற்றொரு கவிஞரின் வியப்பு.'' இதைக் கூறிவிட்டு இப்படிக் குழந்தைத்தனமான கேள்விகள் எதுவும் சங்க இலக்கியங்களில் இருக்காது என்கிறார், அடிகள். *(2014:145)*

இயற்கையைக் குறித்த தெளிவான பார்வை தமிழுக்குண்டு. இயற்கையை யாரும் படைத்திருக்கவில்லை. யாருடைய கட்டுப் பாட்டிலும் அது கிடையாது என்பதே அதன் தொன்மையான பார்வை. ஆனால், வைதீகப் பார்வை இதற்கு நேர் எதிரானது. நெருப்பு எரிக்கும் திறனை எப்படி அடைந்தது? கடல் நீர் ஏன் உப்பாக இருக்கிறது? நிலவு உண்மையில் தேய்ந்து வளருமா? இக்கேள்விகளுக்கான விடைகளைப் பள்ளி மாணவர்களும் அறிவர். இவற்றுக்கு மநு சாத்திரம் அளிக்கும் விளக்கம் என்ன தெரியுமா?

'எந்தப் பிராமணருடைய சாபத்தினாலே, அக்கினி எல்லா வற்றையும் சாப்பிடுகிறவனாயும், சமுத்திரம் உப்புத் தண்ணீராயும், சந்திரன் விருத்தி, சயம் இரண்டையும் அடைகிறவனாயும் இருக் கிறார்களோ அவர்களைக் கோபிக்கச் செய்த எவன்தான் அழி யாமலிருப்பான்' (மநு - 10:126)

தெளிவான செய்தி என்னவெனில், பார்ப்பனர்களைப் பகைத்துக் கொண்டால், மனிதர்கள் மட்டுமில்லை, இயற்கையும் சபிக்கப்படும்

அல்லது அழிவுறும் என்பதுதான். என்னவொரு சூழலியல் பார்வை! இயற்கை என்பது கடவுளின் படைப்பு என்பதையும் மீறி, இயற்கையானது கடவுளின் கட்டுப்பாட்டின் கீழேயல்ல பார்ப்பனர்களின் கட்டுப்பாட்டின் கீழேதான் இயங்குகிறது என்று இங்கு அறிவிக்கப்படுகிறது. இவற்றைப் படிக்கையில் ருசிய மொழியியலாளர் லொமொனாசொவ் கூறியது நினைவுக்கு வருகிறது. "தெளிவின்றிச் சிந்திக்கப்படுவது எதுவும் தெளிவின்றியே வெளிப்படுத்தப்படுகிறது." (ஃபெடின், 2016)

இயற்கையை வருணிப்பதில் காளிதாசன் மிகச்சிறந்த கவிஞர் என்று சமஸ்கிருத ஆர்வலர்கள் பேசுவர். ஆனால், சங்ககாலக் கவிதைகளோடு ஒப்பிடுகையில் காளிதாசனின் பருவக்காலங்கள் பற்றிய கருத்தாக்கங்கள் ஒரு சிறுவனுடையது போலத் தோன்றுகின்றன என்கிறார், தனிநாயகம் அடிகள். அக்கூற்றுக்கு சமஸ்கிருத ஆதரவாளர்கள், 'ரிது சம்ஹாரம்' உள்ளிட்ட காளிதாசரின் கவிதைகள் அவருடைய இளம்பருவ முயற்சி' என்று சமாதானம் கூறுவர்.

"அப்படியானால் இயற்கையை மிகச்சிறப்பாகப் பேசிய சங்கக் கவிஞர்கள் வாழ்ந்த காலத்துக்கு இரண்டு மூன்று நூற்றாண்டுகள் பிறகு வாழ்ந்த காளிதாசன் ஏன் அதைவிடச் சிறப்பாகச் செய்யவில்லை?" என்ற எதிர்க்கேள்வியை முன்வைப்பார், அடிகள்.

பதில் இல்லை.

*

14 அசுணம் என்பது அவமானம்

பழந்தமிழ்ப் புலவர்கள் இயற்கையை இயற்கையாகவே பார்த்தனர். அவர்களிடம் ஆங்காங்கே உயர்வு நவிற்சிக் கற்பனைகள் இருந்தன என்பது உண்மையே. 'கடுவனைப் பிரிந்த மந்தி மலையிலிருந்து குதித்துத் தற்கொலை புரிந்தது' போன்றவை அதற்குச் சான்று. மற்றபடி, அறிவுக்குப் பொருந்தாத புராணக் கட்டுக்கதைகள் இடம் பெற்றதில்லை. இமயம், கங்கை போன்ற வடநிலத்துக் கற்பனைகள் தமிழில் வந்து சேர்ந்த பிறகுதான் கதை மாறியது.

வடமொழி இலக்கியங்களில் கூறப்பட்ட செய்திகளின் உண்மைகளை ஆராயாமல் தற்கால 'கட் அண்ட் பேஸ்ட்' போல அப்படியே வெட்டி நம் இலக்கியங்களில் ஒட்டிவிட்டனர், புலவர்கள். இதனால், தமிழில் சூழலியல் சார்ந்த போலிச் செய்திகள் பதிவாகத் தொடங்கின. மு.வ. அவர்கள், 'நீர் கலந்தப் பாலைப் பால் வேறு நீர் வேறாகப் பிரிக்கும் அன்னத்தைப் பிற்காலப் புலவர்களைப் போலச் சங்கப் புலவர்கள் யாங்கனும் குறிப்பிடவில்லை' என்பார். *(2014:343)*

இச்செய்தி துணைக்கண்டத்து இலக்கியங்களில் முதலில் காளிதாசரின் சாகுந்தலம் நாடகத்தில்தான் குறிப்பிடப்படுகிறது என்கின்றனர். தமிழில் நாலடியாரில் அது, 'நீரொழிய பாலுண் குருகின் தெரிந்து' (135) என்று மறுபதிவாகிறது. அப்படி நீரைப் பிரிக்கும் அன்னப் பறவையைத் தேடினால், இன்று காணக் கிடைக்கவில்லை. எப்படிக் கிடைக்கும்? 'அன்னம் (Swan) என்ற பறவை இந்தியத் துணைக்கண்டத்திலேயே இருந்ததில்லை' என்கிறார், தியடோர் பாஸ்கரன். அதுவொரு ஐரோப்பியப் பறவை. அதுவும் பாலையும் நீரையும் தனியே பிரிக்காது.

'ஐரோப்பிய ஓவிய மரபின் தாக்கம் கொண்ட ஓவியர் ராஜா ரவிவர்மா வரைந்த 'அன்னம் விடு தூது' ஓவியத்தில் தமயந்தியுடன் ஓர் அன்னத்தையும் சேர்த்து வரைந்துவிட்டார்' என்கிறார், பாஸ்கரன். *(2021:237)* இதுவே, அன்னம் இந்நிலத்துப் பறவை என்கிற எண்ணம் நிலைப்படக் காரணமாக இருந்திருக்கலாம். இதை நம்பி, நம்முடைய கதை, கவிதைகளில் எத்தனை முறை நம் பெண்கள், 'அன்னநடை' நடந்துள்ளனர்? இந்த அன்னநடை நடந்த அன்னமும் 'ஸ்வான்' கிடையாது. அது, 'பட்டைத்தலை வாத்தாக' (Bar-headed Goose) இருக்கலாம் என்பது தியடோர் பாஸ்கரன் அவர்களின் ஊகம். *(2021:237)*

அடுத்து மழையை அருந்தும் 'சாதகப்பறவை'. இதற்குச் 'சக்கர வாகம்' என்கிற பெயருமுண்டு. இரண்டுமே தமிழ்ப் பெயரில்லை. ஆகவே, தமிழ்நாட்டுப் பறவையும் இல்லை. இப்பறவை மழைத் துளியை மட்டும் அருந்துமாம். யார் சொன்னது? மகாகவி காளிதாசர்தான் தனது 'மேகதூதம்' நூலில் சொல்லியுள்ளார். சாதகப் பறவை தலையை மேலே உயர்த்தி, அலகை விரித்தவாறு வானத்தையே பார்த்து மழைநீரை மட்டும் அருந்தும் வேறெந்த நீரையும் அருந்தாது என்று விவரித்துள்ளார். மழைத்துளிக்காக ஏங்கும் இந்தப் பறவைக்கு மேகம் வாரி வழங்குவதைக் கண்ட(?) காளிதாசர், ரகு என்கிற மன்னனின் கொடைத்தன்மைக்கு அதை உவமையாக்கு கிறார். காளிதாசருக்கு என்ன பொருளியல் சிக்கல் இருந்ததோ தெரியவில்லை.

இதுவும் தமிழுக்கு இறக்குமதியாகித் 'துளிநசை வேட்கையால் மிசை பாடும் புள்' (கலி.46) என்று பதிவானது. இப்பறவையை, 'வானம்பாடி' என்பார், மு.வ. சிலர், 'சுடலைக்குயில்' என்கின்றனர். இவை இரண்டும் மட்டுமல்ல உலகில் எப்பறவையுமே மழைநீரைக் குடித்து உயிர் வாழ்வதில்லை. இக்கற்பனையும் இறக்குமதியே. இதைத் தமிழ் அழகியல் என்றெல்லாம் சொல்வது வருத்தமளிக்கும் செய்தி. சொந்த அழகியலை உருவாக்க இயலாத மொழியா தமிழ்?

இசையை ரசிக்கும் 'அசுணம்' என்ற ஓர் உயிரினம் உண்டாம். இது பறவையா? இல்லை, விலங்கா? என்பது தெளிவில்லை. ஆனால், இது குறித்துப் பல தமிழ் ஆர்வலர்கள் இன்றும் புளகாங்கிதம் அடைவதைக் காணலாம். இது தவறான இசையைக் கேட்டால் உடனே இறந்துவிடுமாம். எது தவறான இசை? 'பறைபட வாழா

அசுணமா' என்கிறது நான்மணிக்கடிகை (4). பறையொலியைக் கேட்டால், இது இறந்துவிடுமாம். சாகட்டுமே! தொல்காப்பியம் கூறிய கருப்பொருளுள் ஒன்றான பறை இசையைக் கேட்டு, ஓர் உயிரினம் இறக்குமெனில், அது தமிழ்க் கற்பனையாக இருக்க முடியுமா?

யானையை விழுங்கும் 'மாசுணம்', 'பாந்தள்' என்னும் பாம்புகளின் மூலக்கதை எதுவெனத் தெரியவில்லை. ஆனால், இது 'ஆனை கொன்றான்' என்பதே 'அனகொண்டா' ஆனது என்பது வரைக்கும் விரிகிறது. தென் அமெரிக்கக் கண்டத்து உயிரினத்தையும் தமிழ் நிலத்தையும் இணைக்கும் உலகளாவிய சூழலியல் அறிவு, புல்லரிக்க வைக்கிறது. யாளி- டினோசார் கதை போன்ற இக் கற்பனை ஒருபோதும் தமிழ் மரபுக் கற்பனையாக இருக்க முடியாது. இவை பழந்தமிழின் இயற்கை அறிவியல் அறிவை அவமதிக்கும் வடமொழி இறக்குமதிகளே.

*

15 வைதீகம் எரிக்கும் தமிழ்ச் சொற்கள்

ஓசை நயத்தில் மயங்கி, சமஸ்கிருதச் சொற்களை அறியாமையில் இறக்குமதி செய்பவர் ஒருபுறம். வைதீகக் கருத்துக்களைச் சுமந்திருக்கும் சமஸ்கிருதச் சொற்களை இயல்பாகப் பயன்படுத்துவது போலத் திட்டமிட்டு நுழைப்பவர், மறுபுறம். மொத்தத்தில் மோசம்போனது என்னவோ தமிழ்தான். நிகழ்காலத்தில் அந்தச் சமஸ்கிருதச் சொற்கள் தமிழின் அசல் பொருளை இடம் மாற்றிவிட்டுப் புனிதநிலைக்குத் தன்னை உயர்த்திக்கொண்டும் விட்டன.

எடுத்துக்காட்டாக, 'கொல்' என்ற வினைச்சொல் 'வதம், சம்ஹாரம்' போன்ற மதப் பண்புகளைச் சுமந்து நிற்கும் சொற்களாகிவிட்டன. அன்பளிப்புப் பெறுதல், 'தானம்' பெறுதலாகவும், நெருப்பு 'அக்னித் தேவன்' ஆகவும், ஞாயிறு 'சூரிய பகவான்' ஆகவும் மாறின. இன்றைக்குப் பக்கத்துக்குப் பக்கம் இவ்வகைச் சனாதனச் சொற்கள் மொழிக்குள் நிறைந்து கிடக்கின்றன.

பொருள் ஒன்றுதானே? அவற்றை ஏற்றால் என்ன? என்றும் சிலர் நினைக்கலாம். இவற்றை அனுமதித்தால் இயற்கைப் பண்பாட்டின் அடிப்படையில் அமைந்த தமிழ்ச்சொற்கள், மதப் பண்பாட்டுச் சொற்களாக மாறி, நம் வரலாற்றையே திரித்துவிடும் ஆபத்திருக்கிறது. இதுவும் அரசியலே. மொழியைக் களங்கமாக்கும் நிகழ்வு. சான்றாக, ஒரு பொருள் மற்றவருக்கு நிரந்தரமாக வழங்கப்படுவதை இன்று, 'தாரை வார்த்துவிட்டேன்' என்கிறோம்.

தாரை என்பது தமிழில் ஓர் இசைக் கருவியைக் குறிக்கும். 'தாரை, தப்பட்டை' என்பார்களே அந்தக் கருவி. ஆனால், 'தாரை வார்த்தலில்' உள்ள 'தாரை' சமஸ்கிருதம். அதற்கு 'நீர்' என்று பொருள். நீரை வார்த்து ஒரு பொருளை வழங்குவதை உறுதி செய்வது இது. திருமணத்தில் பெண் இவ்வாறு தாரை வார்க்கப்படுகிறாள். ஆரிய மரபில் நெருப்புக்கே முதன்மை. மாறாகத் தமிழ்ப் பண்பாட்டில்தான் நீர் முதலிடம் பெறும்.

குறிஞ்சிப் பாடல் ஒன்றில் (200-201) 'மலையில் உள்ள கடவுளை வாழ்த்தி, உன்னைப் பிரியமாட்டேன் என்று கூறி, எங்களைத் தெளிவிக்கச் சூளுரைத்து அருவி நீரைக் குடித்தான்' என்று வரு கிறது. இங்குக் கொடுத்த வாக்கை உறுதி செய்யத் தலைவனே நீரைப் பருகுகிறான். இடைத்தரகர் இல்லை. வடமொழி மரபில் தாரை வார்த்தலில், புரோகிதர் நம் கையில் நீரை ஊற்றிக் குடிக்கச் செய்கிறார் என்பார், க.பூரணச்சந்திரன். (காலச்சுவடு, செப்.2010) இது ஒன்றை நேரடியாகச் செய்வதை மறுத்து, ஓர் இடைத்தரகரின் அதிகாரத்தை உறுதி செய்வதாகும். அது சனாதனத்தின் அதிகாரம்.

இதுபோன்ற மற்றொரு சொல், 'தரிசனம்.' இந்தச் சமஸ்கிருதச் சொல்லும் தமிழுக்குள் நுழைந்து ஆதிக்கம் செலுத்துகிறது. தற்கால இலக்கிய உலகில் அச்சொல் மிகுந்த பக்தியுடன் மந்திர உச்சாடனம் செய்யப்படுகின்றது. அதிலும் குறிப்பிட்ட சிலருக்கு மட்டுமே இது அடிக்கடி 'தரிசனம்' அளிப்பது எப்படி என்பதும் புரியவில்லை. புதிதாக வரும் இலக்கிய எழுத்துக்கள் இவர்களின் தரிசனத்துக்கு உட்பட்டுப் 'பிஸ்மார்க்' தரமுத்திரை வழங்கப்பட்டால் மட்டுமே இலக்கியமாகவே ஏற்றுக்கொள்ளப்படுகிறது.

ஆமாம், தரிசனம் என்றால் என்ன?

அதை உச்சரிப்பவர் எவரும் உண்மைப் பொருளைக் கூறுவ தில்லை. அடிப்படையில், இது சூழலியல் கருத்தியலை அடிப்படை யாகக் கொண்ட ஒரு சொல். தமிழில் வழங்கிய 'காட்சி' என்ற சொல்லே 'தரிசனம்' என்கிற புனிதக் காட்சி அளிக்கின்றது. இச் சொல்லின் உண்மையான பின்னணியைத் தனது 'தமிழ்க் காட்சி நெறியியல்' என்கிற நூலில் நிர்மல் செல்வமணி விளக்கியுள்ளார். (1996:26-38) அதைச் சுருக்கமாகப் பார்ப்போம்.

பழந்தமிழில், 'காட்சி' என்ற சொல் புறக்காட்சி, அகக்காட்சி என இருவகைப்படும். புறக்காட்சி என்பது இன்றைக்குக் காட்சி என்கிற பொருளில் வழங்கப்படும் கண்களால் காணும் காட்சியே (Vision) ஆகும். மற்றொன்று, அகக்காட்சி. இது, இன்று 'தத்துவம்' என்னும் பொருளில் வழங்கப்படும் பழந்தமிழ்ச் சொல்லாகும். தொல்காப்பியம் தொடங்கி 17ஆம் நூற்றாண்டில் குமரகுருபரர் எழுதிய 'நீதிநெறி விளக்கம்' வரை தத்துவம் என்ற பொருளிலேயே இச்சொல் ஆளப்படுகிறது.

தத்துவம், தமிழ்ச் சொல்லன்று. இது நான்மணிக்கடிகை என்னும் நூலில்தான் முதலில் இடம் பெறுகிறது. 'தத்வ' என்ற வடமொழிச் சொல்லுக்கு மூன்று பொருள்கள் உள்ளன. 1) ஒரு பொருளின் மூலக்கூறு (Essence) 2) பதார்த்தம் (Category) 3) அடிப்படை (Real). தமிழின் 'காட்சி' இதிலிருந்து வேறுபட்டது.

காட்சி என்கிற சொல் சூழலியலை அடிப்படையாகக் கொண்ட சொல். அகக்காட்சி, புறக்காட்சி இரண்டுக்குமே இது பொருந்தும். உலகின் அனைத்துப் பகுதிகளிலும் இயற்கை ஒரே தன்மையில் இல்லை. சூழலுக்கேற்ப உயிரினங்கள் மாறுபடும். பண்பாடும் அவ்வாறே. பண்பாட்டின் மொழி, அறிவியல், கலை, சமயம், காட்சி (தத்துவம்) என்ற செயற்கைக் கூறுகள் அனைத்தும் அப்பண்பாடு சார்ந்த சூழலியலால் மாற்றம் அடைவன. எனவே, அந்தந்தப் பகுதி சார்ந்த சூழலியல் பண்பே அதன் அகக்காட்சியில் (தத்துவத்தில்) தொழில்படும். இது இயல்பானதே.

தொடக்கத்தில் வடமொழியில் தத்துவத்தைக் குறிக்க, 'ஆன்வீக்சிகி' என்கிற சொல்லே இடம்பெற்றிருந்தது. இச்சொல் ஏறத்தாழக் கி.மு 650இல் 'தர்சன', 'ஏது' என இரு கிளைகளாகப் பிரிந்தன. தர்சன என்பது ஆன்மாவைக் காணத் துணைபுரியும் துறை என்பர். கி.மு. முதலாம் நூற்றாண்டில்தான் 'ஆன்வீக்சிகி' என்ற வடசொல்லிற்கு ஈடாகத் 'தர்சன' வழங்கலாயிற்று என்பார் சந்திர வித்யா பூஷ்ண. சாங்கியம், ஓகம், உலோகாயதம் என்கிற ஆன்வீக்சிகிப் பகுதிகள், தரிசனங்கள் ஆயிற்று.

அதாவது, கி.மு. முதல் நூற்றாண்டுக்கு முன்பு 'தர்சன' என்ற சொல் தத்துவத் துறைப்பெயராக வழங்கவில்லை. ஆனால், அதற்கு முன்னரே தமிழில் 'காட்சி' என்ற சொல் இப்பொருளில் வழங்கியதால் காட்சி என்பதன் மொழிபெயர்ப்புச் சொல்லாகவே, 'தர்சன' அறிமுகமானது எனலாம். அதாவது (அகக்) காட்சியைத் 'தரிசனம்' கைப்பிற்றியது.

இதற்கு ஒரு தத்துவ விளக்கம் உண்டு. இதுவரை சொன்னதே கண்களைக் கட்டுகிறது, இன்னுமா? என்று கேட்கலாம். இதுவும் கண்களைக் கொண்டு விளக்கப்படும் தத்துவம்தான். காட்சி - அல்லவா?

நாம் நம் கண்களால் ஒரு பொருளைக் காணமுடியும். ஆனால், அதே கண்களால் நம் கண்களைக் காண முடியாது. கண்ணாடியில்

நம் உடலின் பிம்பத்தைக் காண முடியும். ஆனால், அப்பிம்பம் நம் உடல் ஆக முடியாது. அதுபோல மொழி என்னும் கண்ணாடியின் துணையால் நம் அகத்தைப் பற்றிச் சிந்திக்கலாம். ஆனால், நம் அகத்தையே அம்மொழியில் காண இயலாது. உடலின் பிம்பம் உடல் ஆகாததைப் போலவே, அகத்தைப் பற்றிய கருத்தும் அகம் ஆகாது.

இதில் என்ன தத்துவம் இருக்கிறது? இன்றைய எழுத்துக்களில் 'அகம்' பற்றிய புலம்பல் அதிகமாகத் தென்படுகிறது. அடிக்கடி அகத்தரிசனம் வேறு நடக்கின்றது. 'அகம் காணுதல்' என்னும் இச் சொல் தமிழ் மரபன்று. 'தன்னைத் தான் அறிதல்' என்பது தன்னைப் பற்றிய அறிவை அறிதல் என்பதே பொருளாகும். ஆனாலும், நம் இலக்கிய உலகில் இந்த, 'அகதரிசனம்' படுத்தும் பாடு தாள முடிய வில்லை.

தமிழ் 'காட்சி'யே வடமொழியின் 'தரிசனம்' ஆயிற்று என்றால் அதைப் பயன்படுத்துவதில் என்ன தவறு? என்றும் கேட்கலாம். நிறைய இருக்கின்றன. அகம் காண்பதே தரிசனம் என்பது வட நூல்கள் முடிவு. அது, 'ஆன்மா' என்ற அகத்தைக் காண்பது. தொல் தமிழ் நூல்களில் இந்த, 'ஆன்மா' கதையெல்லாம் கிடையாது.

மேலும், தமிழில் அகக்காட்சியானது, 'பொல்லாக் காட்சி, நற் காட்சி' என இருவகைப்படும். இவற்றில் பொல்லாக் காட்சி என்பது மயக்கம். அறிவு மயங்கும் தெளிவற்ற நிலை. 'கசடூண்டுக் காட்சி' என்றும் கூறுவர். இந்த ஆன்மா என்கிற கதையெல்லாம் அந்தப் பொல்லாக் காட்சியில்தான் அடக்க முடியும்.

அதனால்தானோ என்னவோ பிற்காலத்துச் சித்தர்கள்வரை ஆன்மாவை மறுத்துப் பேசியுள்ளனர். 'ஆன்மா என்பது பொய்யின் கற்பனை; ஆத்திகம் என்பது தன்னல விற்பனை' என்கிறார் லோகாதயச் சித்தர். இது, 'ஆன்மத் தரிசன'த்துக்குப் பெரும் இடையூறு. எனவே, பழைய பதிப்பில் இருந்த லோகாதயச் சித்தரின் பாடல்களைத் தற்போதைய பதிப்புகளில் அமைதியாக அப்புறப் படுத்திவிட்டனர் என்கிறார், நந்தா. (தீராநதி, செப். 2009)

வடமொழியின் 'தரிசனம்' என்கிற சொல் பயன்பாட்டிலும் வேதம் சார்ந்தவை, வேதம் சாராதவை என இரு பிரிவுகள் உள்ளன. தமிழ்க் காட்சியியல் (தத்துவவியல்) வேதத்தை அடிப்படையாகக் கொண்டதில்லை. இது தனித்த மரபுடையது. அதுபோலப்

பழந்தமிழில் தனிமனிதக் கோட்பாடும் இருந்ததில்லை. தமிழிடம் இருந்தது சமூகத் தத்துவமே அன்றித் தனிமனிதத் தத்துவம் அன்று. வைதீகப் பாதிப்புத் தொடங்கிய பிறகே அது, 'அகத்தியர் ஞானம்' போன்று ஆசிரியர் பெயரைத் தாங்கி எழுந்தது.

தமிழ்க் காட்சியியல் ஐந்திணைகளில் வாழ்ந்த அனைவருக்கும் பொதுவானது. அது, குறிப்பிட்ட பிரிவினருக்கு மட்டுமே தரிசனம் அளிப்பதில்லை.

இன்று தமிழில், 'காட்சி' என்ற சொல் புறக்காட்சி (Vision) என்பதை மட்டுமே குறிக்கும் ஒரு சொல்லாக ஒதுக்கப்பட்டு விட்டது. அகக்காட்சியின் இடத்தைக் கைப்பற்றிய 'தரிசனம்' ஆன்மீகத் தரிசனமாக நிலைத்துவிட்டது என்றெல்லாம் விரிவாகப் பேசுகிறார், செல்வமணி. ஆக, 'தரிசனம்' என்கிற ஒற்றைச் சொல் தானே என்று அலட்சியமாக விட்டுவிட இயலாது. ஒவ்வொரு சொல்லும் இப்படித்தானே திரிக்கப்பட்டிருக்கும்?

தமிழின் சொற்களும் கருத்துக்களும் இப்படிச் சனாதனக் குப்பை யாக மாற்றப்பட்டதே 'காட்டுமிராண்டி மொழி' என்று தமிழைப் பெரியார் விமர்சிக்கக் காரணமானது. ('காட்டுமிராண்டி' எனும் சொல் பயன்பாடு இன்று விமர்சனத்துக்கு உட்பட்டதே.) பெரியார் ஏன் சொன்னார் என்பது மறக்கப்பட்டோ, மறைக்கப்பட்டோ அவர்மீது அவதூறு சுமத்தப்படுகிறது.

இது பாரதியாரின் பாடலில் வரும், 'என்று அந்தப் பேதை உரைத்தான்' என்ற வரியை விட்டுவிட்டு, அவ்வரிக்கு முந்தைய வரியான 'மெல்லத் தமிழ் இனிச் சாகும்' என்கிற வரியை மட்டும் பிடித்துத் தொங்கிப் பிதற்றுவதை ஒத்ததாகும். ஆனால், பெரியார் கூறியதன் உண்மைப்பொருளை அவருக்கு எதிர்முகாமில் இயங்கிய கவிஞர் ஞானக்கூத்தன் ஓரளவு புரிந்து வைத்திருந்தார் என்பது வியப்பே.

ஞானக்கூத்தன், பெரியாருக்கு எதிராக இயங்கிய ம.பொ.சி.யின் 'தமிழரசு கழகத்தை'ச் சார்ந்தவர். இது குறித்து, ஒரு நேர்காணலில் கூறுகையில், ''தமிழ் நவீனமாக மறுத்ததால் காட்டுமிராண்டி பாஷைன்னு பெரியார் சொன்னார். அவர் பாஷையிலே அவர் தீவிரமாப் பேசுவாரு. இது பழசா இருக்கு. புதுசா ஆக மாட்டேங் கிறதுதான் அவருடைய கோபம். அதை நவீனமாக்க அவரால முடியலை. அதனால் அந்தப் பாஷை காட்டுமிராண்டி பாஷைனு சொன்னார்'' என்கிறார். (காலச்சுவடு, நவ. 2009)

ஞானக்கூத்தனின் கூற்றில், 'அதை நவீனமாக்க அவரால முடியலை' என்கிற கருத்து மட்டும் பொருந்தாது. ஏனெனில், பெரியார் மொழியைப் புதுமையாக்க முயன்றதைச் சான்றுக் காட்டுகிறார் பழ.அதியமான். ''மதப்பண்பாட்டில் பிறந்த சொற்களை எல்லாம் பெரியார் தவிர்த்தார்'' என்கிறார் அவர்.

மனிதர் இறந்ததும் அவருக்குச் 'சிவலோகப் பதவி', 'வைகுண்ட பதவி', 'இறைவனடி சேர்ந்தார்' போன்ற பதவிகள் அளிக்கப்படுவதை நடைமுறையில் காண்கிறோம். இப்பதவிகள் ஏதும் தொல்காப்பியம் உள்ளிட்ட தொல்தமிழ் இலக்கியத்தில் கிடையாது. இவை நடுவிலே புகுந்து இயற்றமிழை மாசுறச் செய்தவை. இத்தகைய மொழியைத்தான் பெரியார் குறை கூறினார். அதைத் திருத்தவும் முயன்றார்.

இறப்பு என்பதற்குப் பெரியார் பயன்படுத்திய சொற்கள் சிலவற்றைப் பழ. அதியமான் பட்டியலிடுகிறார்: 'உயிர் நீத்தார், பிரிந்துவிட்டார், மறைந்துவிட்டார், முடிவெய்தினார்.' *(காலச்சுவடு, மார்ச், 2009)* இத்துடன் 'காலமானார்' என்கிற சொல்லையும் யோசித்துப் பார்த்தால், அது தொல்காப்பியம் 'முதல்' எனக் குறித்த 'கால'த்தை மீண்டும் அடைவதைக் குறிக்கின்றது. அதுதானே இயற்கை.

*

16 இந்தி
மதம் சமைத்த மொழி

பல நூற்றாண்டுகளாகவே தமிழ்மீது போர் தொடுத்து வரும் சமஸ்கிருத மொழியின் சூழலியல் அறிவு எத்தகையது என்பதைப் பார்த்தோம். இப்போது அதை மொழியியல் பார்வையிலும் ஆராய் வோம். முதலில் சமஸ்கிருதம் ஒரு நேர்க்காட்சிவாதம் (Positivism) கொண்ட மொழியில்லை. நேர்க்காட்சிவாதத்தின் அடிப்படையே இயற்கை அறிவியல்தான். பகுத்தறிவு நிறைந்த ஒரு மொழியால் மட்டுமே அதை முன்வைக்க முடியும். இந்த முதல் புள்ளியிலேயே சமஸ்கிருதம் காலி.

மேற்குலகில் முன்பு கிரேக்கம் உள்ளிட்ட பல சிந்தனை மரபுகள் இருந்தன. கிறித்தவ மதத் தோற்றத்துக்குப் பிறகு, அவை அத்தனையும் சமயத்துக்குள் முடக்கப்பட்டன. இறைவனின் கருணையில் இருந்தே மனிதர் பிறந்தனர் என்ற கோட்பாடு வந்துவிட்டது. இதை, 'ஒருவழித் தோற்றக் கொள்கை' (Monotheism) என்பர். இவற்றில் மூழ்கியிருந்த ஐரோப்பிய நாட்டினருக்கு 13ஆம் நூற்றாண்டுக்குப் பிறகு புதிய காலனிய நிலங்களைக் கண்டறிய பல்வேறு நாடுகளுக்குச் சென்றபோதுதான் ஒரு புதிய பார்வை பிறக்கிறது.

அந்நாடுகளில் வாழ்ந்த ஒவ்வொரு பழங்குடிச் சமூகத்துக்கும் என்று தனித்தனியே ஓர் உலகம் தோன்றிய கதை இருந்ததைக் கண்டனர். அவை, காலம்காலமாக அவர்களுக்குப் பைபிளில் கூறப் பட்டு வந்த உலகம் தோன்றிய கதையிலிருந்து முற்றிலும் வேறு பட்டிருந்தன. அதன்பிறகே தமக்கு வெளியிலும் உலகம் இருப்பதை அவர்கள் உணர்ந்தனர். வெறுமனே கற்றுத்தரப்பட்டதை மட்டும் நம்பாது, தாம் பெற்ற பட்டறிவின் ஊடாகவும் சிந்திக்கத் தொடங் கினர். அதுவே, 'அனுபவவாதம்' (Empiricism) அல்லது 'நேர்க்காட்சி வாதம்' ஆகும் என்பார் பக்தவத்சல பாரதி. (தீராநதி, அக். 2007)

தொல்காப்பியம் நேர்க்காட்சிவாத அடிப்படையிலான அறிவு நூல்.

இயற்கை அறிவியல் எனில், அதில் அறிவியல் முறையில் உண்மையைக் காண்பர். அதுவே, சமூக அறிவியல்களில் நியாயவாத முறையில் உண்மையைக் காண்பர். ஓர் உண்மையை நேரடியாகக் கண்டால்தான், அதை உறுதியாக வலியுறுத்த முடியும். இதுவே, நேர்க்காட்சி முறை வழக்கம். அறிவியல் முறை ஆய்வு என்பதும் நேரடிச் சான்றுகளின் அடிப்படையில் ஒரு கொள்கையை நோக்கி நகர்வதாகும். வேறுவகையில் சொன்னால் நேர்க்காட்சிவாதம் பகுத்தறிவின் அடிப்படையில் செயல்படுவது என்கிறார், பேரா. க.பூரணச்சந்திரன். (2021:83)

ஒரு மொழியில் நேர்க்காட்சி முறையைப் பயன்படுத்த வேண்டுமெனில், அம்மொழி பெருமளவுக்குப் பகுத்தறிவு முறையிலான அமைப்பைக் கொண்டிருக்க வேண்டும். அறிவியல் நோக்கில் ஒலி யமைப்பும், தொடரமைப்பும் அமைந்த மொழிகளையே இவ்விதம் பயன்படுத்த முடியும். தமிழுக்கு இந்தத் தகுதி இருக்கிறது. ஆனால், எவ்வித அறிவியல் அடிப்படையும் இல்லாத ஒலியியலையும் தொடரமைப்பையும் கொண்ட சமஸ்கிருதம் போன்ற மொழி களில் நேர்க்காட்சிவாத அடிப்படையைப் பயன்படுத்த முடியாது என்று கூறும் பூரணச்சந்திரன் அதற்கான சான்றுகளையும் முன் வைக்கிறார்:

"தமிழில் ஒன்றன்பால் பலவின்பால்தான் உண்டு. மாடு அல்லது வண்டி எதுவாக இருந்தாலும், 'அது' என்போம். எண்ணிக்கை அதிக மெனில் 'அவை' என்போம். வினைவிகுதிகளும் அதற்கேற்பவே அமையும். ஆனால், பெண்ணைக் குறிக்கும் சொற்களிலேயே ஒன்றை ஆண்பால் என்றும், ஒன்றை நபும்சகப் பால் என்றும், ஒன்றைப் பெண்பால் என்றும் சொல்லும் சமஸ்கிருதத்தில் அறிவியல் முறைமை என்பது அறவே கிடையாது. அதேபோல்தான் வண்டி என்றால் பெண்பால். அதை இயக்கும் கருவி என்றால் ஆண்பால், வகுப்பு என்றால் ஆண்பால். மரம் என்றால் ஆண்பால் என்றெல் லாம் எவ்விதத் தர்க்கமுமின்றிப் பல மொழிகள் அமைந்துள்ளன. இவற்றில் எவ்விதம் நேர்க்காட்சிவாத நோக்கினைப் பயன்படுத்த முடியும்?" (2021:84).

நமக்கும் நேர்க்காட்சிவாத அடிப்படையில் ரிக் வேதகாலத்து நிலத்தில் இருந்து தொடங்கவே விருப்பம். அதற்கு ஆப்கானிஸ் தான் வரை செல்ல வேண்டும். எனவே, நாம் இந்தியத் துணைக் கண்டத்துக்குள் உருவான வேதாந்தத்தில் இருந்து தொடங்கி, அதற்கும் சூழலியலுக்கும் உள்ள தொடர்பைக் காண்போம்.

வேதம் என்றால் 'அறிவு' என்பர். ஆனால், அது எல்லோருக்கும் புரிந்திடாத அறிவு என்பதால், உபநிடதங்கள் தோன்றின. அவையும் புரிந்துகொள்ள எளிதாக இல்லாமையால், பகவத்கீதை தோன்றி, அதுவும் தன் நோக்கத்தில் தோல்வியடைய, வேதாந்த சூத்திரம் உருவாக்கப்பட்டது. இவை மூன்றும் சேர்த்து, 'ப்ரஸ்தான திரயம்' எனப்பட்டது. அதற்கு, 'முதன்மையான மூன்று' என்பது பொருள்.

இவற்றுள் வேதாந்த சூத்திரம், உபநிடதங்களின் அடிப்படையில் தன் விசாரணையைத் தொடங்குகிறது. இது எழுதப்படும் முன்பாக வைதீகத்துக்கு எதிரான 'சாங்கியம்' என்கிற பிரிவு செல்வாக்குடன் விளங்கியது. எனவே, 'சாங்கியத்தை எதிர்க்கும் கருத்துக்கள் வேதாந்த சூத்திரம் முழுக்கக் காணப்படுகின்றன. என்ன சிக்கல் என்றால், 'அரண்டவன் கண்களுக்கு இருண்டதெல்லாம் பேய்' என்பது போலச் சாங்கியத்தைத் தாக்குவதாக நினைத்து, இந்நூல் இயற்கைவழிப்பட்ட சிந்தனை மரபையும் சேர்த்துத் தாக்கியுள்ளது' என்பார், பேரா. ந.முத்துமோகன். அவர் மேலும் விளக்குவதைக் காண்போம்: ***(2017:10-15)***

சாந்தோக்ய உபநிடதத்தில் ***(6:2,3,4)*** 'நெருப்புச் சிந்தித்தது, அது நீரைப் படைத்தது; நீர் சிந்தித்தது, அது காற்றைப் படைத்தது' போன்ற வரிகள் இடம்பெற்றுள்ளன. நெருப்பும் நீரும் எப்படிச் சிந்திக்கும்? அவை சடப்பொருள் என்பதால், அப்பண்பு கிடையாது என்று கூறுவதோடு வேதாந்த சூத்திரம் நிறுத்தியிருக்கலாம். ஆனால், அப்பெயர்கள் அனைத்தும் 'பிரம்மம்' என்னும் இறைக்கருத்தே என்று அது வாதாடுகையில் சறுக்கலாகிறது.

பழங்காலச் சிந்தனைமரபு இயற்கையை உயிர்ப்பொருளாகவே பார்த்தது. சங்க இலக்கியத்திலும் இப்பார்வை உண்டு. அது இயற்கையிலிருந்து மனிதர் அந்நியப்படாத அன்றைய சிந்தனை முறை. ஆனால், வேதாந்தத் தத்துவமோ அன்றைக்கே இயற்கையில் இருந்து மனிதர்கள் துண்டிக்கப்பட்ட சூழலைத் தன்னில் கொண் டிருந்தது. அது இயக்கம், மாறுபடுதல், வளர்ச்சி போன்ற பண்புகள்

மனிதருக்கு மட்டுமே உரியதாக நினைத்தது. அதனால், வேதாந்தம் பஞ்ச பூதங்களையும் இயற்கையையும் சடப்பொருளாக்கிப் (Objectification), பிரம்மம் என்பதை உயிர்ப்பொருளாக்குகிறது (Subjectification) என்று விளக்குகிறார், முத்துமோகன்.

ஆக, 'பிரம்மம்' என்கிற கருத்தியல் 'நேர்க்காட்சிவாதம்' கிடையாது. இது எந்த வகைத் தர்க்கவியல்? நம் கேள்வி இதுதான். உயிர்ப்பொருளான இயற்கையை அடியோடு நீக்கிவிட்டுக் கற்பனைப் பிம்பமான பிரம்மம் என்பதை நிறுவ முயலும் வேதாந்தத்தை அடிப்படையாகக் கொண்ட சமஸ்கிருத மொழியை ஒரு சூழலியல் மொழி என்று எவ்வகையில் ஏற்க முடியும்?

அடுத்தது தற்போது ஆட்சி மொழியாக 'அவதாரம்' எடுத்திருக்கும் இந்தி.

இது சமஸ்கிருதம் பெற்ற சோதனைக்குழாய்க் குழந்தை எனலாம். மக்கள் பேச்சு வழக்கில் இருந்த பழைய இந்திக்கும் இதற்கும் தொடர்பில்லை. புதிய இந்தியின் தோற்றத்துக்கு ஒரு சூழலியல் பின்னணியும் கிடையாது. இது மத அரசியல் தேவையின் பொருட்டுக் கிண்டப்பட்ட 'திடீர்' உப்புமா மொழி. தற்கால இந்திமொழி தோன்றிய வரலாறு நமக்கு முகுல் அக்ஷ்ய எழுதிய 'இந்து இந்தியா கீதா பிரஸ்: அச்சும் மதமும்' என்கிற நூலில் இருந்து கிடைக்கிறது. அதனை விரிவாகப் பார்ப்போம். ***(2016:13-15)***

வட இந்தியாவில் பத்தொன்பதாம் நூற்றாண்டின் நடுவிலிருந்தே மத அடிப்படையிலான ஒரு மொழிப் போர் நடைபெற்று வந்தது. அது, 'இந்தி-உருது' என்றழைக்கப்பட்ட இந்துஸ்தானி மற்றும் பாரசீக மொழிகளுக்கு எதிரான போர். ஒருகட்டத்தில் இதைப் பனாரஸ் நகரைச் சேர்ந்த மார்வாரியும் இந்தி வெறியருமான பரத்தேந்து ஹரிஷ்சந்திர என்பவர் முன்னின்று நடத்தினார். இவர், 'புதிய இந்தி மொழியின் தந்தை' என்று வெறித்தனமாகக் கொண்டாடப்படுபவர். இதில் வேடிக்கை என்னவெனில், இவர் தொடக்கத்தில் ஓர் உருதுமொழி எழுத்தாளர். அவரது மார்வாரி அகர்வால் மேற்குப்பிரிவு இனத்தின் தாய்மொழி உருது என 1871ஆம் ஆண்டு வரையிலும் கூறிவந்தவர் இவர்.

இந்தி என்பது இந்துக்களின் மொழி, உருது என்பது இஸ்லாமியர்களின் மொழி என்று மத அடிப்படையில் பிளவுக் கருத்துகளை இந்துத்துவத் தீவிரவாதிகள் பரப்பத் தொடங்கியதும், தன்

நிலைப்பாட்டை அவர் மாற்றிக் கொண்டார். பின்னர், இந்தி மொழி இயக்கத்தின் தலைவராகிறார். உருதுமொழியை எந்த அளவுக்கு இழிவுபடுத்த முடியுமோ அந்த அளவுக்கு இழிவுபடுத்தி எழுதுகிறார்.

இவ்விடத்தில், தமிழ் இவ்வாறு எந்த மொழியையும் இழிவு படுத்தித் தன்னை வளர்த்துக் கொள்ளவில்லை என்பதையும், தன்னைத் தாக்கியவர்மீது மட்டுமே எதிர்வினையை அது நிகழ்த் தியது என்பதையும் இங்கு நினைவுகூர்வோம்.

பின்னர், பரத்தேந்து இளம் வயதிலேயே இறந்துவிட்டாலும், அவரின் கருத்துக்கள் பரவத் தொடங்கின. 1893இல் பனாரஸ் நகரில், 'நகரி பிரச்சாரிணி சபா' ஒன்று தொடங்கப்பட்டு, இந்திமொழிக்குத் தேவநாகரி வரிவடிவத்தை நடைமுறைப்படுத்தும் கோரிக்கைகள் எழுப்பப்படுகின்றன. அதுவரை பாரசீக எழுத்து வடிவமே பயன் பாட்டில் இருந்தது. அதாவது, இந்திமொழிக்கு என்று தனியே வரிவடிவம் கிடையாது. மதன் மோகன் மாளவியாவின் முயற்சியின் பேரில் 1900இல் வடமேற்கு மாநிலங்களின் துணைநிலை ஆளுநர் ஆண்டனி மெக்டொனால்ட் உத்தரவின்படி, அப்பகுதியில் தேவ நாகரி வரிவடிவம் துணைக் கண்டத்திலேயே முதன்முறையாக நடைமுறைக்கு வருகிறது. இதன் பிறகு, இந்திமொழி பேசுவோர் நடுவிலும் அது கால்பதிக்கிறது.

ஆனால், இஸ்லாமியர் ஆட்சிக்கு முன்பிருந்தே தனக்கு நீண்ட வரலாறுண்டு என்று கூறிக்கொள்ளும் இந்திக்கு 1870 முதல் 1920ஆம் ஆண்டு வரை மிகவும் குளறுபடியான காலம். சொந்தமாக ஒரு மொழிக்கட்டுமானம் இல்லாத மொழி, இந்தி. எனவே, ஒரு செறிவுடைய மொழியாக அதை நிலைநிறுத்த, மொழி இலக்கண மாக எந்த மொழி இலக்கணத்தை எடுத்துக்கொள்வது? சொற் றொடர் அமைப்புக்கு எந்த மொழியைப் பின்பற்றுவது? எண்ணற்ற வட்டார வழக்குகளைக் கொண்டுள்ள இந்தியின் எந்த வட்டாரத்து வழக்கை (திசைமொழி) இலக்கிய இந்திக்காகத் தேர்ந்தெடுப்பது என்றெல்லாம் அது குழம்பி நின்றது.

இவ்விடத்தில் இரு செய்திகளைப் பகிர்ந்துகொள்வோம். ஒன்று, தொல்லியல் ஆய்வில் மூவாயிரம் ஆண்டுகளுக்கு முந்தைய தமிழ் வரிவடிவம் கண்டுபிடிக்கப்பட்டுள்ளது. மற்றொன்று, கிளவி என்றால் சொல். எழுத்துக்களால் ஆனது சொல். சொற்களால் ஆனது

சொற்றொடர். இவற்றுக்குத் தொல்காப்பியத்தில், 'கிளவியாக்கம்' என்னும் இயலில் பல இலக்கணங்களை அப்போதே வகுத்து வைத்திருந்தது என்பதை இந்திக்கு நினைவுறுத்துவோம்.

இறுதியாக, டெல்லி, மேற்கு உத்தரபிரதேசத்தில் வழக்கிலிருந்த இந்தியின் திசைமொழியான கடிபோலி (khadiboli) என்கிற கரி போலி (khariboli) தேர்வு செய்யப்பட்டது. பழைய இந்தி மொழியில் இருந்த உருது மொழிச் சொற்கள் வடிகட்டப்பட்டு, அவற்றிற்குப் பதிலாகச் சமஸ்கிருதச் சொற்கள் புகுத்தப்பட்டன. இதைப் பரப்புவதற்குப் பனாரஸ் இந்துப் பல்கலைக்கழகம், அலகா பாத் பல்கலைக்கழகம் ஆகிய கல்வி மையங்கள் பயன்பட்டன. அதை நினைவில்கொண்டே இன்று இந்தியை, நாடு முழுதும் பரப்பும் முயற்சியில் உயர்கல்வி நிலையங்களைத் தற்போதைய ஒன்றிய அரசு குறிவைக்கின்றது. இதற்கு எதிராக வலுவாகச் செயல்பட வேண்டிய மொழி சார்ந்த நம், தமிழ்ப் பல்கலைக்கழகம் சோதிடப் பாடம் சொல்லிக் கொடுத்துக்கொண்டிருக்கிறது.

இங்குக் கேள்வி இதுதான். முழுதும் மத வெறுப்பின் அடிப் படையில் செயற்கையாக உருவாக்கப்பட்ட புதிய இந்திமொழிக்கும் சூழலியலுக்கும் என்ன தொடர்பு?

*

17 தமிழ் என்பது மண்ணின் மொழி

தமிழின்மீது சமஸ்கிருதம் தொடுத்த பெரும் தாக்குதல்களில் ஒன்று 'மணிபிரவாளநடை.' சமஸ்கிருதத்தைத் தமிழில் எழுதினார்களா? இல்லை, தமிழைச் சமஸ்கிருதமாக்கினார்களா என்றே கண்டுபிடிக்க முடியாத ஒரு மொழிநடை அது. எழுபதுகளின் தொடக்கம் வரை அது நடைமுறையில் இருந்தது. தேர்தல் சுவர் விளம்பரங்களில் உங்கள் 'அபேட்சகர்' என்ற சொல்லைக் கண்டு குழம்பியிருக்கிறேன். பிறகுதான் அது உங்கள் 'வேட்பாளர்' ஆனது.

மணிப்பிரவாளநடை தமிழ்நாட்டில் மட்டுமில்லை, நல்ல தமிழ் பேசுபவர்கள் என்று நாம் நம்பும் யாழ்ப்பாணம் வரை நடைமுறையில் இருந்துள்ளது. இளைய தலைமுறையின் பார்வைக்காக (யாழ்ப்பாணத்துப் புயோலி) 'மகாவித்துவான்' வ.கணபதி பிள்ளை எழுதிய 'வில்ஹணீயம்' நூலில் இருந்து இயற்கையைக் குறித்து எழுதப்பட்ட ஒரேயொரு வரியை மட்டும் தருகிறேன். 'பூமியென்னுங் கற்பக விருக்ஷத்தினது யௌவனமென்னும் நறும் புஷ்ப மஞ்சரி, மங்கையரது அந்தக்கரணங்களாகிய வண்டுகளை ஆகருஷிக்கின்றமை சகஜமே.' *(சுரதா,2003:13)*

இதன் பொருளைச் சொல்லப் போவதில்லை. இதைத் தமிழில் இருந்து தமிழில் மொழிபெயர்ப்பவர்களுக்கு முழுக்கவும் மணிப்பிரவாளநடையில் எழுதப்பட்ட ஒரு நூலின் பிடிஎஃப் பிரதி இலவசம். ஒருவேளை ஒரு நூற்றாண்டுக்கு முன்பு இந்நூல் எழுதப்பட்டிருந்தால். அதுவும் இந்த 'லக்ஷணத்தில்'தான் இருந்திருக்கும். பாலைநிலம் 'மருபூமி'யாகவும், பனை 'அனுடம்' ஆகவும் இடம் பெற்றிருக்கும். இவ்வகை மணிபிரவாளத்தின் மிச்ச சொச்சங்களை இன்றும் தமிழின் 'நவீன' கவிதைகளில் 'தரிசிக்கலாம்.' யௌவனம், பிரக்ஞை, அரூபம், ருது, மாருதம், சுக்கிலம்...

இப்படிப் பெருமளவில் நிகழ்ந்த கலப்பினால்தான் சில நூற்றாண்டுகளுக்கு முன்னர், 'மலையாளம்' என்கிற மொழியே பிறந்தது. நல்லவேளை நாம் இந்த மணிப்பிரவாளத்தை ஒழித்து, மீண்டுவிட்டோம். அதற்காகப் பாடுப்பட்ட தனித்தமிழ் இயக்கம், திராவிட இயக்கம் உள்ளிட்ட அத்தனை தமிழ் உள்ளங்களையும் இவ்விடத்தில் நன்றியுடன் நினைவுகூர்வோம். இங்கு, நாம் சிந்திக்க வேண்டிய கேள்வி ஒன்றுள்ளது. அனைத்து இந்திய மொழிகளையும் விழுங்கிச் செரித்த சமஸ்கிருதம் தமிழிடம் தொடர்ந்து தோற்றுக் கொண்டிருப்பது ஏன்?

அதற்குக் காரணம் சூழலியலை அடிப்படையாகக் கொண்ட நமது திணைக்கோட்பாட்டுச் சிந்தனையே. அதுவே, கவசமாக இருந்து தமிழ்மொழியைக் காத்து வந்துள்ளது. அத்துடன் திணையிய லோடு இணைந்த அகம்-புறம் வாழ்க்கை முறையும் தடையை ஏற்படுத்தின.

இதற்கான ஒரு சான்று நமக்குப் பி.டி. சீனிவாச அய்யங் காரிடமிருந்து கிடைக்கின்றது. 'ஆரிய இலக்கியங்களில் உயர்குடி மக்களே தலைவராக இருக்க முடியும். ஆனால், தமிழ் இலக்கியங் களிலோ ஆரியக் கொள்கையின்படி மிகவும் இழிந்தவர்களான வேட்டையினத் தலைவனும், மீனவத் தலைவனும் இங்குக் காதற் பாக்களின் தலைவர்களாக இருந்தனர். இது இலக்கண ஆசிரியர் களுக்குத் தடுமாற்றத்தை ஏற்படுத்தி, இவற்றைக் குறித்து ஆய்வு செய்யும் நிலைக்குத் தள்ளப்பட்டனர்' என்கிறார், அவர். **(1-1989:315)**

சமஸ்கிருதத்தை அறிவுசார் மொழியாக நிலைநிறுத்த பாலி, பிராகிருத மொழிகளின் கருத்துக்கள் உருவப்பட்டு, அவற்றின் மூலமொழிப் பிரதிகள் அழிக்கப்பட்டதை ஆய்வுகள் கூறுகின்றன. தமிழ்மொழிப் பிரதிகள் பலவற்றுக்கும் இது நடந்தது என்றாலும், பழைய சங்க இலக்கியத்தின்மீது கைவைக்க முடியவில்லை. சங்க இலக்கியத்திலிருந்து அதன் திணைக்கோட்பாட்டினை அகற்றி னால், அவர்களுக்கு எதுவும் மிஞ்சாது. அதைச் சமஸ்கிருதப் பிரதி யாக மாற்றவும் அக்கோட்பாடே இடையூறு. திணையை வைத்துக் கொண்டு சமஸ்கிருதம் என்ன செய்யும் பாவம்?

ஆகவே, ஆங்காங்கே, வருணக் கருத்துக்களை இடைச்செருகல் செய்யவே முடிந்தது. சங்க இலக்கியப் பாடல்கள் அனைத்தும் தோராயமாக அறுநூறு ஆண்டுகள் கால இடைவெளி கொண்டவை

என்பது மதிப்பீடு. இதைப் பயன்படுத்திப் பரிபாடல், பதிற்றுப் பத்து, கலித்தொகை, புறநானூற்றில் கொஞ்சம் என்று வைதீகம் நோக்கித் தமிழை நகர்த்த முடிந்தது.

சமஸ்கிருதம் ஒரு மொழியாக இயங்குவது குறித்துத் தமிழுக்கு ஒரு கவலையுமில்லை. ஆனால், ஆதிக்க மொழியாக மாற முயல் வதே சிக்கல். தன்னைத் தெய்வீக மொழியாக அது அறிவித்துக் கொள்கிறது. எந்தவொரு மொழியையும் சிலையாக்கிப் பாக்களால் பூசை செய்து, 'போற்றி'ப் பாடிக்கொண்டிருந்தால், அது வளராது. ஒரு மொழியைக் கருவறைக்குள் வைத்துப் பூட்டினால் அது 'திதி' மொழியாக மட்டுமே வெளியே உலாவ முடியும்.

தமிழ் அப்படியில்லை. அது நிலத்தில் புழங்கும் மொழி. அது கால்களில் புழுதித் தோய தெருவில் நடை பயில்கிறது. தூசி படிந்தால் துடைத்துக் கொள்கிறது. அழுக்கு ஒட்டினால், குளித்துக் கொள்கிறது.

சமஸ்கிருதம் தேவமொழி என்றால், அப்படியே ஆகட்டும். வானின்று வந்த மொழி என்றாலும், வானுறையும் தெய்வத்துடன் வாழ்வாங்கு வாழட்டும். எமக்குக் கவலையில்லை.

ஏனென்றால்ம தமிழ் என்பது மண்ணின் மொழி.

*

பகுதி 4

பொருளாதார மேலாதிக்கமே பின்னர்ப் பண்பாட்டு மேலாதிக்கமாக உருவெடுக்கும். பண்பாட்டு மேலாதிக்கம் தன் தாக்குதலின் முதல் இலக்காகத் தன் காலனிய நாட்டு மக்களின் மொழியைத் தேர்ந்தெடுக்கும். அம்மக்களின் கல்வியிலும் கலைகளிலும் ஆதிக்கவாதிகளின் மொழி மெல்ல உள்நுழைந்து, ஒரு கட்டத்தில் அதுவே கட்டாயமாகும். பிறகு, காலனி நாட்டு மக்களின் தாய்மொழி அவர்களின் உணர்வு நிலையிலிருந்து படிப்படியாக அகற்றப்படும். மொழியை இழப்பது என்பது அடையாளத்தை இழப்பதன் முற்றிய நிலை. மொழியை இழந்த இனம் தன் பண்பாட்டு வேர்களை இழப்பதுடன் தன்னம்பிக்கை, சுய மரியாதை அத்தனையும் இழந்து, அந்நிய மேலாதிக்கத்துக்கு எளிதில் அடிமையாகிவிடும்.

18 யானையைத் தாக்கும் எலிஃபண்ட்

யானையைக் காட்டிக் கேட்கிறோம், "இது என்ன சொல்லு?" குழந்தை சொல்கிறது: "எலிஃபண்ட்"

இதுபோன்ற பதில்களைக் கவனித்திருக்கும் எழுத்தாளர் தியடோர் பாஸ்கரன் மிகவும் கவலைப்படுகிறார்:

'ஆங்கிலவழிக் கல்வியின் தாக்கம், இன்றைய தமிழ்க் குழந்தை களைப் பாதித்துள்ளது. யானையையும் புலியையும் தற்காலக் குழந் தைகளுக்கு, 'எலிஃபண்ட், டைகர்' என்கிற இரு ஆங்கிலச்சொற்கள் வழியேதான் அடையாளம் தெரிகிறது. யானையோ, புலியோ இல் லாத ஒரு நாட்டின் மொழி, ஆங்கிலம். இது, யானையும் புலியும் வாழும் நிலத்தைச் சார்ந்த குழந்தைகளின் தாய்மொழிச் சொற் களை ஒழித்திருப்பது வருத்தமே.'

இதில் கவலைப்பட என்ன இருக்கிறது? குழந்தையின் அறிவு வளர்கிறதுதானே? என்று கேட்பவர்களும் நம்மிடையே உண்டு. ஆனால், எது அறிவு வளர்ச்சி என்பதுதான் நமக்குத் தெரிவதில்லை. மாலத்தீவு நாட்டிலுள்ள சிறு தீவு ஒன்றில் வசித்திருக்கிறேன். அங்கு முட்டை விற்பனை உண்டு. ஆனால், கோழி கிடையாது. முட்டைகள் தமிழ்நாட்டிலிருந்து இறக்குமதி செய்யப்படுபவை என்பதால், அவர்கள் கோழியைப் பார்த்ததில்லை. ஒரு குழந் தையிடம் கேட்டேன்:

"முட்டை எதிலிருந்து கிடைக்கிறது?"

"கடையிலிருந்து."

கோழியையே பார்த்திராத குழந்தை வேறென்ன சொல்லும்?

"அறிவு வளர்ச்சி என்பது ஒரு குழந்தை வாழும் நிலமும், அந்நிலத்தில் வாழும் உயிரினங்களுடனும் தொடர்புடையது. குழந்தை வாழும் சமூக அமைப்பும் செயல்பாடுகளுமே அதன் அறிவு வளர்ச்சியின் திசையைத் தீர்மானிக்கும். சமூகச் சொத்துக் களுள் ஒன்றான மொழி, அறிவு வளர்ச்சியையும் உலகக் கண் ணோட்டத்தையும் உருவாக்குவதில் பெரும்பங்கு வகிக்கிறது. சமூகச் சூழல்களிலிருந்து பிரிக்கப்படும் குழந்தை மொழியை இழக் கிறது" என்கிறார், மொழியியல் அறிஞர் கி.அரங்கன். (2021:19)

அதேவேளை மாலத்தீவுக் குழந்தைகளுக்குப் பவளப்பாறைகள் பற்றியும், அதில் வாழும் மீன்களைப் பற்றியும் நம்மைவிட அதிக மாகத் தெரியும். அது இயல்புதானே? எனலாம். அதே இயல்பின் படி நம் நிலத்தில் வாழும் யானையையும் புலியையும் பற்றி, நம் குழந்தைகளும் தெரிந்திருக்க வேண்டும் இல்லையா? ஆனால், நம் குழந்தைகள் பலருக்கு அவற்றின் தமிழ்ப்பெயர்களே தெரிவதில்லை!

இத்தனைக்கும் யானையையும் புலியையும் குறிக்கத் தமிழில் ஏராளமான சொற்கள் உள்ளன. புலியைக் குறிக்கும் சொற்களாக, 'புலி, வேங்கை, உழுவை, மறுவ, வயமா, வயப்புலி, கடுவாய், வாள்வரி, வெல்லுமா, பாய்மா, வியாக்கிரம், வல்லியம், தரக்கு, குயவரி, கொடுவரி ஆகியவை உள்ளன.

புல் என்றால் புல்லுதல். அதாவது பொருந்துதல் அல்லது தழுவுதல் என்பது பொருள். புல் என்பது 'புல்லி' ஆக மாறிப் 'புலி'யாகத் திரிந்தது. இதன் பொருள் 'முன் கால்களால் தழுவும்' விலங்கு என்கிறது செந்தமிழ்ச் சொற்பிறப்பியல் பேரகரமுதலி. (2005:374) இது புலியின் இயல்பை உற்றுக் கவனித்து, அதன் நடத்தையின் அடிப்படையில் சூட்டப்பட்டுள்ள பெயர்.

ஆங்கிலப் பெயரான 'டைகர்' என்ற சொல், பாபிலோனிய ஆறான 'டைகிரிஸ்' என்னும் சொல்லில் இருந்து வந்திருக்கலாம் என்று நம்பப்படுகிறது. ஆங்கிலேயர்கள் புலியை முதன்முதலில் அவ்விடத்தில் பார்த்ததால் அப்பெயர் வந்திருக்கலாம் என்கிறார்கள்.

யானை என்பதன் ஆங்கிலச் சொல்லான 'எலிஃபண்ட்' என்பது பழைய ஃப்ரெஞ்ச் மொழியிலிருந்து பிறந்ததா அல்லது இலத்தீன், கிரேக்க மொழியிலிருந்து பிறந்ததா என இன்னும் ஆய்வில் இருக் கிறது. அதேசமயம் இங்கு, நிகண்டுகள் உட்பட திரட்டினால் யானைக்கு நூற்றுக்கும் மேற்பட்ட பெயர்கள் கிடைக்கின்றன.

அவற்றில் வடமொழி கலப்புள்ள பெயர்களை நீக்கினால், சில தமிழ்ப் பெயர்களின் பட்டியல் கிடைக்கிறது.

யானை, ஆனை, எறும்பி, தும்பி, தூங்கல், தோல், கறையடி, பொங்கடி, உம்பல், வாரணம், ஒருத்தல், வல்விலங்கு, நாகம், கும்பி, நால்வாய், குஞ்சரம், அத்தி, வேழம், உவா, கரி, களிறு, பிடி, கைம்மா, கைம்மலை, மறமலி, கள்வன், ஆம்பல், கோட்டுமா, கடிவை, புகர்முகம், பகடு, கரிணி, மருண்மா, தந்தி, வழுவை, கயம், மதகயம், கும்பி, பூட்கை, புழைக்கை, மதமா, மந்தமா, பெருமா...

உயர்ந்திருப்பதால் உம்பல். திரண்டிருப்பதால் உவா, குஞ்சரம். மலை போன்றிருப்பதால் ஓங்கல். கரியதாக இருப்பதால் கரி, கள்வன், யானை (ஏனை). பெரிய பாதத்தை உடையதால் பொங்கடி. உரல் போன்ற பாதமுடையதால் கறையடி. கையுடையது என்பதால் கைம்மா. கையுடைய மலை போன்றிருப்பதால் கைம்மலை. துளையுடைய கையுடையதால் தும்பி, புழைக்கை, பூட்கை. தொங்குகின்ற வாயுடையதால் நால்வாய். முகத்தில் புள்ளியுடையதால் புகர்முகம். பெரிய விலங்காக இருப்பதால் பெருமா. உருண்டு திரண்டிருப்பதால், வழுவை. சங்கு போன்ற தலையுடையதால் அல்லது, புல்லினை வாரிப் போடுவதால், வாரணம் என விளக்கங்கள் கிடைக்கின்றன.

இவை யானையின் உருவ அமைப்பின் அடிப்படையில் சூட்டப்பட்ட பெயர்களாகும். எடுத்துக்காட்டாக, தும்பிக்கை என்னும் சொல் தூம்பு+கை எனப் பிரியும். தூம்பு என்றால் துளை. யானையில் தும்பிக்கை ஓர் 'உள்ளீடற்ற குழாய் போல அமைந்திருப்பதால் இப்பெயர் வந்தது. இதன் இன்னொரு பெயர் துதிக்கை. இதற்கு விளக்கம் கூறும்போது, 'இறைவனைத் துதிக்கப் பயன்பட்டதால் துதிக்கை' என்று ஒரு கட்டுக்கதை உருவாக்கப்பட்டுள்ளது.

"துதி என்ற சொல் சங்க நூல்களில் நீர்ப்பறவைகளின் விரல்களுக்கு இடையே உள்ள சவ்வுத் தோலைக் குறிப்பதாகும். யானையின் தும்பிக்கை நுனியில் தோலுடன் ஒரு விரல் போன்ற உறுப்புக் காணப்படுவதால், அதைத் துதிக்கை என்றனர்" என்கிறார், பி.எல்சாமி. மேலும், "நிகண்டுகளில் யானையின் 25 உடல் உறுப்புகளுக்கு மேல் அவற்றைக் குறிக்கத் தனிப்பெயர்கள் உள்ளன" என்கிறார், அவர். *(1970:360)*

இச்சொற்கள் எல்லாம் வழக்கொழிந்துவிட்டதே, அவற்றை மீண்டும் பயன்படுத்த வேண்டிய அவசியம் என்ன? எனலாம். அனைத்தையும் பயன்படுத்தாவிட்டாலும் பரவாயில்லை. குறைந்தது, 'டைகர், எலிஃபண்ட்'க்குப் பதிலாகப் 'புலி, யானை'யை மட்டு மாவது குழந்தைகளுக்கு முதலில் சொல்லித் தரலாம் அல்லவா? தமிழ்நிலத்தில் வாழும் குழந்தைகளுக்குத் தம்முடன் வாழும் விலங்கின் தமிழ்ப்பெயரே தெரியவில்லை என்பது எத்தகைய அவலம்?

இதில் பெற்றோரின் பங்கே முதன்மையானது. அவர்கள் தம் குழந்தைக்கு முதலில் ஆங்கிலச் சொல்லை அறிமுகப்படுத்தவே ஆர்வம் கொள்ளுகின்றனர். ஆகவே, குழந்தைகளுக்குப் 'பச்சை' என்பது எந்த நிறமென்று தெரிவதில்லை. ஆனால், 'கிரீன்' தெரிகிறது. இதில் பசுமை சார்ந்த சூழலியலை எங்கே கற்றுத் தருவது?

"அழிவின் விளிம்பிலுள்ள ஒரு மொழியை எளிதில் அடையாளம் காணலாம். முதலில், பெற்றோர் தம் குழந்தைக்கு அதைக் கற்றுத் தருவதை நிறுத்துவர். எனவே, குழந்தைகளும் அதைக் கற்கும் ஆர்வத்தை இழந்துவிடும்" என்கிறார், அலாஸ்கா பல்கலைக்கழக மொழியியலாளர் மைக்கல் கிரவுஸ். (கைல் வின்ஸ், காலச்சுவடு, செப்.2000)

ஓர் உயிரினத்தைக் குறிக்கப் பல சொற்களை வைத்திருக்கும் ஒரு மொழியை, அந்த உயிரினத்தையே அறியாத ஒரு வேற்று மொழிச் சொல் அடித்து வீழ்த்தும் காட்சியைக் கொஞ்சம் கற்பனை செய்வோம். ஓர் இரைகொல்லி விலங்கு தன் இரை விலங்கை அடித்து வீழ்த்தும் காட்சிக்கு ஒப்பானது அது. தமிழ் அவ்வாறு இரையாகத் தரப்பட வேண்டிய ஒரு மொழியில்லை.

இப்போக்குத் தொடரும் எனில் அது எதிர்காலத்தில், 'மொழியை ஒழித்த பண்பாட்டு மேலாதிக்கமாக மாறிவிடும்' என்கிற புகழ் பெற்ற கென்ய எழுத்தாளர் கூகி வா தியாங்கோவின் எச்சரிக்கை நம் காதுகளில் விழட்டும்.

*

19 ஆங்கிலம்
முதலீட்டியத்தின் கருவி

"பொருளாதார மேலாதிக்கமே பின்னர்ப் பண்பாட்டு மேலாதிக்கமாக உருவெடுக்கும். பண்பாட்டு மேலாதிக்கம் தன் தாக்குதலின் முதல் இலக்காகத் தன் காலனிய நாட்டு மக்களின் மொழியைத் தேர்ந்தெடுக்கும். அம்மக்களின் கல்வியிலும் கலை களிலும் ஆதிக்கவாதிகளின் மொழி மெல்ல உள்நுழைந்து, ஒரு கட்டத்தில் அதுவே கட்டாயமாகும். பிறகு, காலனி நாட்டு மக்களின் தாய்மொழி அவர்களின் உணர்வு நிலையிலிருந்து படிப் படியாக அகற்றப்படும். மொழியை இழப்பது என்பது அடை யாளத்தை இழப்பதன் முற்றிய நிலை. மொழியை இழந்த இனம் தன் பண்பாட்டு வேர்களை இழப்பதுடன் தன்னம்பிக்கை, சுய மரியாதை அத்தனையும் இழந்து, அந்நிய மேலாதிக்கத்துக்கு எளிதில் அடிமையாகிவிடும்." (2000:37)

கூகி வா தியாங்கோ எழுதியுள்ள இவ்வரிகளைப் படித்துவிட்டு, மனதுக்குள் திரும்பத் திரும்ப அசைபோட்டுக் கொண்டிருந்தேன். எவ்வளவு கூர்மையான சொற்கள்! அன்றைய காலனிய ஆட்சி யாகட்டும், இன்றைய கார்ப்பரேட் ஆட்சியாகட்டும், நாம் அவற்றை வெறும் பொருளாதார மேலாதிக்கமாக மட்டுமே காண் கிறோம். அவை மொழியையும் பண்பாட்டையும் அழிக்கும் செயலில் ஈடுபடுவதை நாம் உணர்வதில்லை.

இவ்வளவு கற்பனை தேவையா?

தேவையில்லை என்று கூறவே ஆசை. ஆனால், வரலாறு காட்டும் உண்மை அப்படி இல்லையே! பிரேசிலில் போர்த்துக்கீசியரின் குடி யேற்றம் அந்நாட்டில் பேசப்பட்டு வந்த 540 மொழிகளை அமைதி யாக்கியது. அவை அங்குப் பேசப்பட்டு வந்த மொழிகளுள் முக்கால் பகுதி. விளைவு, இன்று பிரேசிலில் போர்த்துகீசிய மொழியே, ஆட்சிமொழி. (ஐங்கரநேசன், 2009:354)

சரி, எப்படி ஒரு மொழியைக் கட்டாயமாக்க முடியும்?

ஆஸ்திரேலியாவில், 1788இல் வெள்ளையர்கள் வந்து இறங்கிய போது ஒலித்துக்கொண்டிருந்த 250 அபாரிஜினல் மொழிகளில், இப்போது 20 மொழிகள் மாத்திரமே எஞ்சியுள்ளன. 1960கள் வரை ஆஸ்திரேலிய அரசு அபாரிஜின் பெற்றோர்களிடமிருந்து அவர் களின் குழந்தைகளைக் கட்டாயமாகப் பிடுங்கித் தனியே தங்க வைத்ததன் மூலம் அடுத்த தலைமுறைகளை அபாரிஜின் மொழி களுக்கு அந்நியமாக்கியது. (ஐங்கரநேசன், 2009:355)

ஆப்பிரிக்கக் கண்டத்து மக்களுக்கும் இதுவே நடந்தது. அந்த அரசியலைத்தான் கென்ய நாட்டு எழுத்தாளர் கூகி வா தியாங்கோ எடுத்துரைக்கிறார். அவர் புகழ்பெற்ற ஆங்கில மொழி எழுத்தாளர். மொழியின் அரசியலை உணர்ந்த அவர், ஒருகட்டத்தில் ஆங்கி லத்தில் எழுதுவதை நிறுத்திவிட்டுத் தன் தாய்மொழியான 'கிகூயூ' மொழியில் எழுதத் தொடங்கினார். இதுவொரு எதிர்ப்பு நட வடிக்கை. நிலம், பண்பாடு, வாழ்வியல் உள்ளிட்ட அடையாளங் களை மீட்கத் தாய்மொழியில் தேர்ச்சிப் பெறுவதே மக்களின் முதல் கடமை என்றவர், கூகி. இவருக்கு இணையாக மொழியின், இலக்கியத்தின் அரசியலை விளங்கச் செய்தவர் வேறெவரும் இல்லை எனலாம். (கூகி, 2000:7)

இன்றைய ஆங்கிலமொழி இங்கிலாந்து நாட்டினரின் மொழி என்றோ, ஆங்கிலோ-சாக்சன் மக்களின் மொழி என்றோ ஒரு குறுகிய வட்டத்துக்குள் அடங்காது. அது தன் எல்லையைக் கடந்து பல பின்காலனிய நாடுகளில் முதலீட்டியத்தின் கருவியாகிவிட்டது. ஆக, ஆங்கிலத்தை வெறும் தொடர்புமொழி மட்டுமே என்று கொள்வது நம் காட்சிப்பிழை.

இந்தியத் துணைக்கண்டத்தில் இரு மொழிகள், தம் அதிகாரத்தைப் பரப்ப முனைகின்றன. ஒன்று, ஆங்கிலம். மற்றொன்று, இந்தி. இந்தியின் பயன்பாட்டை அதிகரிக்க ஒன்றிய அரசு முனைப்புடன் செயல்படுகிறது. அதை, இந்துத்துவா கருத்தியலாக மட்டும் சுருக்கிட முடியாது. ஒரே நாடு, ஒரே பண்பாடு, ஒரே மொழி என்பது பாசிசத்தின் குரல் மட்டுமன்று; அது பாசிசத்தை இயக்கும் முதலீட்டியத்தின் குரலும்கூட.

முதலீட்டியத்துக்குத் தான் உற்பத்தி செய்து குவிக்கும் சரக்கு களை அதிக நுகர்வோர்களிடம் கொண்டு சேர்க்க வேண்டிய

தேவையுள்ளது. அதற்கு, ஒரு நாட்டின் சந்தையை முழுமையாகக் கைப்பற்ற வேண்டியது அவசியம். அதற்கு ஒரே மொழி பேசும் மக்கள் கொண்ட நிலப்பரப்பு அல்லது நாட்டின் அனைத்து மக்களுக்கும் தெரிந்த ஒரு தேசிய மொழி கட்டாயம் தேவை. முதலீட்டியத்தின் இந்த நோக்கம் நிறைவேற ஒன்றிய அரசின் இந்து தேசிய ஆட்சியும் வசதியாகிவிட்டது. அவர்களுக்குப் பொருளாதார மேலாதிக்கம். இவர்களுக்குப் பண்பாட்டு மேலாதிக்கம்.

ஆங்கிலம் ஒரு தொடர்புமொழியாக இருக்கும் வரை சிக்கல் ஏதுமில்லை. அது பிற மொழிகளை முடக்கித் தன்னை மேலாதிக்க மொழியாக நிலைநாட்ட முயல்வதே சிக்கல். அது முதலீட்டியத்தின் செயல் திட்டம். 'மொழிகளின் மரணம்' என்னும் நூலில் மொழி யியல் அறிஞர் பேஜல் சுட்டுவதைக் கவனிக்க வேண்டும்: ''எங்கு ஆங்கிலம் வரவேற்கபட்டுப் பேசப்படுகிறதோ, அங்கு 80-90 விழுக்காடு மொழிகள் இழப்புக்குள்ளாகும்.''

*

20 வல்லரசு மொழியின் வளஅரசியல்

நம் நூலின் நோக்கின்படி ஆங்கிலமொழி சூழலியல் அடிப்படை கொண்ட ஒரு மொழியா? என்று பார்ப்போம். இன்றைய ஆங்கிலம் ஒரு கதம்பமொழி. அதில் கலந்துள்ள பிற மொழிகளின் விகிதங்கள்: ஃப்ரெஞ்ச் 29%, இலத்தீன் 29%, ஜெர்மனிய மொழி 26%, கிரேக்கம் 6%, மற்ற மொழிகள் 6% இவற்றுடன் அதன் இயற்பெயர்களில் இருந்து 4% மட்டுமே கலந்துள்ளது. (நலங்கிள்ளி,2012:82) இத்தனை நிலங்களின் மொழிகள் கலந்துள்ள ஆங்கிலம் என்ன வகைச் சூழலியல் பின்னணியைக் கொண்டிருக்கும்?

ஆங்கில மொழி தோன்றிய வரலாற்றுச் சூழலைப் பார்ப்போம். பொ.ஆ.மு. 100 வாக்கில் இங்கிலாந்தில் ஒருவகைச் செல்டிக் (Celtic) மொழியைப் பேசிய மக்கள் வாழ்ந்து வந்தனர். (கவனிக்கவும், ஆங்கிலம் இல்லை.) அப்போது மேற்கு ஜெர்மனியில் இருந்து வந்த சாக்ஸன் பழங்குடிகள் இங்கிலாந்தைக் கைப்பற்றியதும், செலிடிக் மொழி ஜெர்மானிய மொழியுடன் கலந்து உருவானதே பழைய ஆங்கிலம் (Old English). பின்னர், இங்கிலாந்தை ரோம், ஃபிரான்ஸ் முதலியவை ஆட்சி செலுத்தியதால் அம்மொழிகளும் பழைய ஆங்கிலத்தோடு கலந்தன. அதுவே, இன்றைய ஆங்கில மொழி என்கிறார், நலங்கிள்ளி. (2012:81,82)

ஆனாலும், ஆங்கிலம் தோன்றிய இங்கிலாந்திலேயே ஆங்கிலத்துக்கு மதிப்பில்லாமல் இருந்தது. இலத்தீன் மொழியே அங்கு அறிவுத்துறை மொழி. பள்ளி முதல் பல்கலைக்கழகம் வரை அதுவே பயிற்றுமொழி. 12ஆம் நூற்றாண்டுக்குப் பின்னரே அங்கு இந் நிலையை எதிர்த்துக் குரல்கள் எழும்பின என்கிறார், வெங்கடேஷ் சக்ரவர்த்தி. (தீராநதி, நவ. 2007)

இங்கிலாந்தில், ஆங்கில எழுத்து இருந்தது. ஆனால், முதலாம்

உலகப் போர் வரை ஆங்கில இலக்கியம் என்பது இருந்ததில்லை. அப்போதே சேக்ஸ்பியர் உள்ளிட்ட பலர் எழுதியிருந்தும், அவற்றை யாருமே இலக்கியமாகக் கருதியதில்லை. மக்கள் ரசனைக்காக எழுதிய காரணத்தால் அவற்றை இலக்கியமாகக் கருத மறுத்தார்கள். அப்போது இலக்கியமாகக் கருதப்பட்டவை எல்லாமே கிரேக்க, இலத்தீன் படைப்புகள்தாம். முதல் உலகப் போர் காலத்தில்தான் மாபெரும் தேசியம் கட்டமைக்கப்படுகிறது. அதற்கு மாபெரும் மொழி அடையாளம் தேவைப்பட்டது. அதனால், ஆங்கிலத்தை மேலே தூக்கி வைக்கிறார்கள். அதற்குமுன் அது அலுவலக எழுத் தருக்கும், காலனி நாட்டு மக்களுக்கும், சீமாட்டிகளுக்கும் மட்டுமே சொல்லித் தரப்பட்ட மொழி. அவ்வாறுதான் அதுவரை நிர்வாக மொழியாக இருந்த ஆங்கிலம் திடீரென இலக்கிய மொழியாக உயர்த்தப்பட்டது.

கிரேக்க இலக்கியத்துக்கும், ஆங்கிலத்துக்கும் தொடர்பே இல்லை என்றவர்கள் பிறகு கிரேக்க, இலத்தீன் இலக்கியங்களின் தொடர்ச்சி யாகத்தான் ஆங்கில இலக்கியம் வருகிறது என்று சொல்லத் தொடங் கினர். சொபாக்லஸ், யுரிபைடிஸ் போன்றவர்களின் தொடர்ச்சி யாக்கப்பட்டார், சேக்ஸ்பியர். குறுகிய காலத்திற்குள் பல ஆங்கில இலக்கிய மேதைகள் உருவாக்கப்பட்டனர். அதிலும், ‘குயின்ஸ் இங்கிலீஸ்’ என்ற ஒரு குறிப்பிட்ட வகை ஆங்கிலத்தை மட்டுமே உயர்த்திப் பிடித்தனர். வேல்ஸ், அயர்லாந்து போன்ற நிலங்களில் பேசப்பட்ட ஆங்கிலம் மட்டமாகக் கருதப்பட்டு, ஒதுக்கப்பட்டது என்று விரிவாக விளக்குகிறார், வெங்கடேஷ் சக்ரவர்த்தி. (தீராநதி)

முதலாம் உலகப் போரை முடிவுக்குக் கொண்டுவந்த ஒப்பந்தம், ‘வெர்சேல்ஸ்’ (Versales) உடன்படிக்கை. அதை ஃபிரெஞ்ச் மொழியில் இயற்றியபோது, உடன் ஆங்கிலத்திலும் எழுதப்பட்டது. அதிலிருந்து தொடங்கியே தூதரக உறவிலும் பொருளாதார உறவு களிலும் அது தொடர்பு மொழியாகி வல்லாதிக்கத்தை ஏற்படுத்திக் கொண்டது என்பார், ஐங்கரநேசன். *(2009:355)*

சுருக்கமாகச் சொல்வது இதுதான். இன்றைய பிரிட்டனின் வேல்ஸ், அயர்லாந்து போன்ற நிலங்களின் ஆங்கிலமொழி வகையை விலக்கி, இங்கிலாந்து என்கிற குறுகிய பகுதி நிலத்தையே அடிப் படையாகக் கொண்ட, குயின்ஸ் ஆங்கிலத்தில் என்ன வகைச் சூழலியல் இருக்க முடியும்? அதிலும் 4% இயற்பெயர்களை

மட்டுமே கொண்டு, உலகப் போருக்குப் பின்னரே மதிக்கப்பட்ட ஒரு மொழியின் இலக்கிய வரலாற்றுடன் சங்க இலக்கிய வரலாற்றை ஒப்பிட்டுப் பார்க்க வேண்டும்.

விடுதலை பெற்ற இந்திய ஒன்றியத்திலும் அதே இரண்டாம் நிலையில்தான் தன் ஆதிக்கத்தைத் தொடங்கியது ஆங்கிலம். இந்தி, ஒன்றியத்தின் ஆட்சிமொழி என்றால், ஆங்கிலம் துணை; கூடுதல்; மாற்று மொழியாக (Associate, Additional, Alternative) எல்லா நிலைகளிலும் பயன்படுகிற ஆட்சிமொழியானது. தமிழ்நாட்டில் மாநில அரசின் ஆட்சிமொழி தமிழ்தான் எனினும், முழு அதிகாரம் அதற்குக் கிடையாது. இவற்றைத் தெளிவாக விளக்குகிறார், கோ.கேசவன்.

*அரசியலமைப்புச் சட்டத்தின் **345**ஆம் பிரிவின்படி மாநில மொழியே அலுவல் மொழி. எனினும், இரு மாநிலங்களுக்கு இடையிலான தொடர்புமொழியாக அல்லது ஒன்றியத்துடனான தொடர்பு மொழியாக ஓர் ஒன்றிய மொழியே இருக்க முடியும் **(பிரிவு 346)**. தமிழ்நாட்டில் தொடர்புக்கான ஒன்றிய மொழியாக, இணை ஆட்சி மொழியான ஆங்கிலம் ஏற்றுக்கொள்ளப்பட்டது. மாநில உயர்நீதிமன்ற மொழியாகவும் ஆங்கிலமே விளங்குகிறது* (348(1)(a)). *தமிழ்நாட்டுச் சட்டமன்றத்தில் கொண்டு வரப்படும் மசோதாக்கள், அவற்றின் திருத்தங்கள், சட்டமன்றம் வெளியிடும் ஆணைகள், ஒழுங்குமுறைகள், விதிமுறைகள் ஆகிய அனைத்துக்குமான அதிகாரபூர்வமான மாற்றுப் பிரதிகள்* (Alternative texts) *ஆங்கிலத்திலேயே இருக்க வேண்டும்* (348(1)(b)). *இவை தமிழில் இருந்தாலும், அவற்றுக்கு மாநில அரசு வெளியிடும் ஆங்கில மொழிபெயர்ப்புப் பிரதியே அதிகாரபூர்வமான பிரதியாகக் கருதப்படும் **(318(3))**. இத்தகைய வரையறைகள் தமிழ் ஆட்சிமொழியாக இருந்தும், அதற்கு இணையான தகுதியை ஆங்கிலத்துக்கு வழங்கிவிடுகின்றன. **(2022:640-641)***

இவற்றை விளக்குகையில், ''இங்கு ஆங்கிலம் உறுதுணையன்று; உறுத்தும் துணை. ஊன்றுகோல் அன்று அது நமக்கு இரண்டாவது கால். இது ஒரு வலுமிக்கச் சிக்கலாகும்'' என்கிறார் கோ.கேசவன். ***(2022:641)*** மேலும், ''இந்திய ஒன்றிய அமைப்பின் எல்லைக் கோட்டுக்குள் மட்டும் இயங்க வேண்டிய அரசியல் சூழல் உள்ளதால், ஆங்கிலத்தின் முழுமையான பயன்பாட்டை இழந்து விடாமலேயே தமிழைக் கொணர முயற்சி நடக்கிறது. அரசியல்

அமைப்புச் சட்டத்தில் உள்ள சில கூறுகள் தடையாக இருப்பினும், அவற்றை நீக்குவதற்கோ எதிர்ப்பதற்கோ உரிய அரசியல் ஆளுமை (Political will) நம் அரசியல் தலைவர்களிடையே குறைவு என்பதே சிக்கல்'' என்கிறார் அவர். *(2022:642)*

கடைசி வாக்கியம் சிந்திக்கத்தக்கது. விடுதலைப் பெற்று முக்கால் நூற்றாண்டாகியும் பல ஐரோப்பிய நாடுகள், ஜப்பான் போன்ற வற்றில் நிலவுவது போலத் தாய்மொழியை முழுமையான ஆட்சி மொழியாக நிலைநிறுத்த நம்மால் முடியவில்லை. அத்தகைய உறுதிமிக்க ஓர் அரசியல் தலைமை நம்மிடையே இல்லை என்பது பெருந்துயரமே.

இதனால், நம்முடைய கல்விமுறையும் இன்னும் பழைய காலனிய ஆட்சியிலிருந்து விடுபடவில்லை. 'மக்களுக்கு விளங்கு கின்ற மக்கள் மொழியைப் பயன்படுத்தும் தகுதியின்றி நம் கல்வி முறை உள்ளது' என்கிறார், கோ.கேசவன். *(2022:643)* மக்களுக்கும் அரசுக்கும் இப்படி இடைவெளி இருப்பதாலேயே ஆட்சிமொழி குறித்த உணர்வுபூர்வமான கருத்தாக்கம் மக்களிடத்திலும் எழ வில்லை என்பது அவரின் கருத்து.

எனவேதான், நம் மக்கள் அதிகாரத்தின் மொழியாக விளங்கும் ஆங்கிலம் நோக்கி ஈர்க்கப்படுவது இயல்பாக நடக்கிறது. அதி காரத்தில் பங்குபெறவோ, அது வழங்கிடும் வேலை வாய்ப்புகளைக் கைப்பற்றவோ எவருக்குத்தான் ஆசை இருக்காது? எனவே, ஆங்கில வழிக் கல்வி நோக்கி மக்கள் படையெடுப்பதை, மக்களின் ஆங்கில மோகம் என்று அவர்களை மட்டும் குறைகூறித் தப்பிவிட முடியாது.

ஒருமுறை துணிக்கடை ஒன்றில் நின்றிருந்தேன். இங்கிலாந்தில் இருந்து சுற்றுலா வந்திருந்த ஆங்கிலம் பேசும் ஒரு குடும்பம் உள்ளே நுழைந்தது. அவர்களின் ஐந்து வயது குழந்தை துறுதுறுவென அங்குமிங்கும் ஓடியாடி, அனைவரிடமும் பேசி விளையாடியது. அக்குடும்பம் வெளியேறிய பின்பு, கடை ஊழியர் ஒருவர் அனிச்சை யாக வியந்து கூறினார்:

''அந்தக் குழந்தை, என்னமா இங்கிலீஷ் பேசுது?''

கேட்ட அனைவரும் சிரித்துவிட்டனர். இங்கிலாந்து நாட்டின் குழந்தை வேறு என்ன மொழி பேசும்?

ஆனால், அது நம் சிந்தனையைத் தூண்டும் கூற்று. ஓர் ஏழைத் தகப்பனின் ஆழ்மன ஏக்கம் அது. அவர் தன் குழந்தையை

வெள்ளைக்காரக் குழந்தையுடன் ஒப்பிட்டுப் பார்த்திருக்கலாம். நம் குழந்தையும் இப்படி 'இங்கிலீஷ்' பேசினால் குடும்பம் எப்படி உயர்ந்துவிடும் என்று கற்பனை செய்திருக்கலாம். எல்லாச் சராசரி குடும்பங்களும் இப்படித்தான் யோசிக்கின்றன. ஏனெனில், இங்கு ஆங்கிலமொழி கற்றல் என்பது நம் பொருளாதார வளர்ச்சியுடன் பிணைக்கப்பட்டுள்ளது.

ஆங்கிலம் பயன்படுத்தாத எத்தனையோ நாடுகளும் பொருளா தாரத்தில் முன்னேறியுள்ளன என்று எடுத்துரைத்தாலும், நம் காதுகள் கேட்காது. கண்ணெதிரே எது நடைபெறுகிறதோ அதையே மனம் நம்பும். நாமும் அந்நாடுகள் தம் தாய்மொழிக் கற்றலுக்கு வழங்கி யுள்ள பொருளாதார வாய்ப்புகளை இங்கு வழங்கி இருக்கிறோமா என்றும் யோசிக்க வேண்டும். இது யாருடைய குற்றம்? விடுதலை பெற்று முக்கால் நூற்றாண்டாகியும், மாநில ஆட்சிமொழியாகத் தமிழ் இருந்தும், தமிழ்வழிக் கல்வியின்மீது நம்பிக்கையை ஏற் படுத்தத் தவறியது யார்?

'தமிழ் ஒரு சூழலியல் மொழி' என்று விளக்க வந்த நூலில் எதற்கு இவ்வளவு மொழி அரசியல் விளக்கம்? என்று கேட்கலாம். என்ன செய்வது? மொழியே இங்குச் சூழலியல் சார்ந்த அரசிய லாகிவிட்டதே!

ஒவ்வொரு ஆகஸ்ட் 15 அன்றும் உணர்ச்சிவயப்பட்டுப் பொங்குபவரிடமும், நாம் இன்னும் முழுமையான விடுதலை யைப் பெறவில்லை என்று சொன்னால் பலரும் நம்புவதில்லை. நாம் இன்னும் அரைக் காலனிய நிலையில்தான் இருக்கிறோம் என்பதை உணர்ந்தவர் வெகுசிலரே. நாம் மட்டுமில்லை, எந்த வொரு மூன்றாம் உலக நாடும் இன்னும் முழுமையான விடுதலை யைப் பெறவில்லை. பெற்றிருப்பது என்னவோ பகுதிசார் அரசியல் விடுதலை மட்டுமே. பொருளாதார விடுதலை முற்றிலும் கிடை யாது. இந்நிலை நம்மை இன்றும் வல்லரசுகளையே சார்ந்திருக்கச் செய்துள்ளது.

எனவே, நம் பொருளியல் நிலைமீது கருணைக் கொண்ட வல்லரசுகள், உலக நிதி நிறுவனங்களின் மூலமாகத் தொடர்ந்து நமக்கு உதவி வருகின்றன. கருணைக்குக் காரணம் பின்காலனிய நாடுகளின் இயற்கை வளம்தான். ஆகவே, வல்லரசுகளின் பொரு ளாதார ஆதிக்கம் இன்னும் நம்மை அடிமையாகவே நீடிக்கச்

செய்கிறது. நம் அடிமை மனநிலையை உறுதிசெய்வதில் காலனிய ஆதிக்க மொழிகளும் பங்கு கொள்கின்றன.

தாய்மொழி என்பது சுற்றுச்சூழலில் இருந்து தோற்றம் கொள்வதால், மக்களின் பண்பாட்டில் அங்குள்ள மலைகள், காடுகள், ஆறுகள், கடல் போன்றவை ஒன்றோடொன்று பிணைந்திருக்கும். அத்துடன் அவர்கள் பேசும் மொழி அதன் இயற்கையை அதன் வளத்தை அவர்களுக்கு நினைவுறுத்திக் கொண்டே இருக்கும். இது இயற்கைவளத்தைச் சுரண்ட விரும்பும் வல்லரசுகளின் நோக்குக்கு இடையூறு. எனவே, தாய்மொழியை மக்கள் உணர்விலிருந்து அகற்றினால் மட்டுமே அது எளிதில் சாத்தியமாகும்.

நான் படித்த காலத்தில் மூன்றாம் வகுப்பில் கற்றுத்தரப்பட்ட சமூக அறிவியல் பாடங்கள் ஒவ்வொரு மாவட்டத்துக்கும் வேறுபடும். காரணம், அவரவர் மாவட்ட வரலாறு மற்றும் புவியியலே மாணவர்களுக்கு முதலில் கற்பிக்கப்பட்டது. எங்கள் வட்டாரம் பற்றிய செய்திகளைக் கற்ற பின்னரே மாநிலம், உலகம் எல்லாம். தற்போது அவ்வழக்கம் இல்லை.

பிற்காலத்தில், ஆங்கிலவழிக் கல்வியின் ஆறாம் வகுப்புப் பாடநூல் ஒன்றைப் பார்க்க நேர்ந்தது. அதன் முதல் பாடத்திலேயே ஐக்கிய அமெரிக்காவின் முதல் அதிபரான ஜார்ஜ் வாசிங்டன் குதிரையில் வரும் நிகழ்ச்சி ஒன்று விவரிக்கப்பட்டிருந்தது. நம் முடைய சொந்த சூழலியலைப் பற்றிக் கற்காமல், இப்பாடத்தைக் கற்கும் குழந்தைகளிடம் வல்லரசு சார்பான மனநிலை உருவாகி விடாதா? உருவாகிவிட்டது என்பதே உண்மை.

ஒரு நவம்பர் மாதத்தில் என் நண்பர் ஒருவர் மெட்ரிக் பள்ளிக் குழந்தைகள் இடையே பேசும்போது, 'இந்த மாதத்தில் ஒரு முக்கியமான தலைவர் பிறந்துள்ளார். அவர் யார் என்று சொல்லுங்கள் பார்ப்போம்' எனக் கேட்டார். நண்பரின் நோக்கம் நாம் குழந்தைகள் தினமாகக் கொண்டாடும் ஜவகர்லால் நேருவே என்பதை நான் புரிந்துகொண்டேன். ஆனால், குழந்தைகளிடமிருந்து வந்த பதில் 'பில்கேட்ஸ்.' நண்பரின் முகம் பிதுங்கிவிட்டது, பாவம்! அவர் என்னிடம் மெதுவாகக் கேட்டார், "பில்கேட்ஸ் நவம்பரிலா பிறந்தார்?" நான் சொன்னேன்: "யாருக்குத் தெரியும்?"

நான் வழக்கமாக ஆங்கிலவழிக் கல்வி பயிலும் மாணவர்களிடம் சோதனைக்கு என்றே இந்தக் கேள்வியை எழுப்புவது வழக்கம்:

"உங்களுக்குப் பிடித்த பறவை எது?" பெரும்பாலும் கிடைக்கும் பதில் 'பென்குவின்' என்பதுதான். ஒரு சிட்டுக்குருவியோ, காக்கையோ பதிலாக வராது. காரணம், அது 'லோக்கல்' பறவை. அவற்றைச் சொன்னால் மதிப்புக் கிடையாது. அதனால், அவர்களின் மனம் இயல்பாகவே அயலை நோக்கிப் பயணிக்குமாறு வடிவமைக்கப் பட்டுள்ளது. இத்தனைக்கும் அவர்கள் தம் வாழ்நாளுக்குள் பென் குவினைப் பார்ப்பார்களா? என்பதும் உறுதியில்லை. இதே கேள்வியைத் தமிழ்வழிக் கல்வி மாணவர்களிடம் கேட்டால், அவர்கள் நேரில் பார்த்த உள்ளூர்ப் பறவை ஒன்றே பதிலாகக் கிடைக்கும். இதுதான் தாய்மொழிக் கல்வி அரசியல்.

தமிழ்மொழி திணைக்கோட்பாட்டுடன் இணைந்தது. அது நமது பண்பாட்டுச் சூழலியல். எனவே, அதை மக்களின் மனதி லிருந்தே அகற்றினால், அது யாருக்கு லாபம் தரும்? என்பதை அதிகம் விளக்கத் தேவையில்லை. இந்தச் சுற்றுச்சூழல் அரசியல் பின்னணியால்தான் மொழியின் அரசியலை இங்கு விரிவாக விளக்க வேண்டியதாகிவிட்டது. இன்றைக்கும் சூழல் அழிந்தாலும் பரவாயில்லை, எங்களுக்கு வளர்ச்சி மட்டுமே தேவை என்கிற குரல்களையும் இதே தமிழ்நாட்டு மண்ணில் இருந்து நாம் கேட்கத் தானே செய்கிறோம்? உயர்தரப் பள்ளியில் ஆங்கிலவழிக் கல்வி பயின்ற மேட்டுக்குடிகள் பெரும்பான்மையோர் யாருக்கு ஆதரவு என்று யோசித்துப் பாருங்கள்.

ஒன்று மட்டும் உறுதி. சூழல் அழிந்தாலும், மொழி அழியும். மொழி அழிந்தாலும், சூழல் அழியும். இரண்டும் ஒன்றே. இதை, 'மொழியின் மரணம்' என்னும் நூலில் மொழியியலாளர் ரோமியோ லாபில்லோஸ் (Romeo Labillos) இன்னும் தெளிவாக விளக்குகிறார்:

"ஒரு தாய்மொழி என்பது இயற்கைவளம் போன்றது. அது புவியிலிருந்து எடுக்கப்பட்டுவிட்டால், அதைத் திரும்ப வைக்க இயலாது."

*

21 ஒரு கலைச்சொல் எப்படிப் பிறக்கிறது?

ஒரு மொழியின் தொன்மையை அறிய, 'மொழியியல் அகழாய்வு' (Linguistic archiology) என்கிற அறிவியல் துறை நமக்கு உதவுகிறது. 'அது மொழியின் தொன்மையை மட்டுமன்றி, அதைப் பேசும் மக்களின் தொன்மையையும் அறிய உதவும்' என்கிறார், தென்மொழி இதழின் ஆசிரியர் மா.பூங்குன்றன். அவர் கீழ்வரும் தமிங்கிலீஷ் வாக்கியத்தைச் சான்றாகத் தருகிறார்: "என்னப்பா, உன் பிசினஸ் நல்லா டெவலப் ஆகுதா? நல்ல ஹார்ட் வொர்க் பண்ணினால்தான் பிசினசில் நல்ல எஃபெக்ட் கிடைக்கும்."

இதில் இடம்பெற்றுள்ள நான்கு தமிங்கிலீஷ் சொற்களையும் தமிழ்ச்சொற்களாக மாற்றி, மொழியியல் அகழாய்வுக்கு உட்படுத்தினால், அவற்றின் வேரும் தமிழ் மக்களின் வரலாறும் இணைந்து வெளிப்படுவதைக் காணலாம். பிசினஸ் - தொழில், ஹார்ட் வொர்க் - உழைப்பு, டெவலப் - வளர்ச்சி, இஃபெக்ட் - விளைவு என்று அனைத்துச் சொற்களையும் இப்போது தமிழில் மாற்றி அகழாய்வு செய்வோம்.

1) தொழில் என்ற சொல் 'தொல்லில்' என்கிற சொல்லில் இருந்து கிளைத்தது. 'தொல்' என்பதற்குத் 'தோண்டு' என்று பொருள். அது தோண்டுதல் தொடர்பான பணியைக் குறிக்கும். 2) 'உழைப்பு' என்ற சொல்லின் வேர்ச்சொல் 'உழுதல்' பணியைக் குறிக்கும். 3) 'வளர்ச்சி' என்பது 'பயிர் வளர்த்தல்' தொடர்பான பணி. 4) 'விளைவு' என்பது 'விளைச்சல்' தொடர்பான சொல்.

இச்சொற்கள் அனைத்தும் இம்மொழியைப் பேசும் மக்கள் தொடக்கத்தில் இருந்தே வேளாண்மை செய்து வந்தவர்கள் என்கிற செய்தியை உணர்த்துகிறது. ஆக, தமிழ் மக்களின் ஆதித்தொழில் வேளாண்மை என்கிறது. குறிஞ்சி நிலத்தில், 'தொய்யாது வித்திய துளர்படு துடவை' என உழாது விதைத்து வேளாண்மை செய்த காலம் தொடங்கி, 'முழுக் கொழு மூழ்க ஊன்றி' என அகன்ற

கலப்பையால் உழுத மருதநிலக் காலம் வரை வேளாண்மையை விரிவாக்கம் செய்து வாழ்ந்த மக்களின் வரலாறு இச்சொற்களின் பின்னே மறைந்துள்ளது. இச்சொற்களுக்கு மாற்றாக, வேற்று மொழிச் சொற்களை மொழிக்குள் அனுமதிக்கையில், தமிழ் மக்களின் வரலாறு அழிக்கப்பட்டுவிடும் என்பது தமிழ் ஆர்வலர்களின் அச்சம்.

ஒரு மொழியில் தேவையற்ற வகையில் வேற்றுமொழிச் சொற்களைக் கையாளுவதைக் கண்டிக்கும் வண்ணம் விளாடிமிர் லெனின், 'ருசிய மொழியைப் பாழ்படுத்துவதை நிறுத்துங்கள்' என்று கூறியுள்ளது இங்கு நினைவுகூரத்தக்கது. (ஃபெடின், 2016:12)

ஆங்கிலத்தின் வேர்ச்சொல் குறித்துக் கூறுகையில் கால்டுவெல் அதிலுள்ள, 'இலத்தீன் வேர்ச்சொற்களைக் களைந்துவிட்டால், ஆங்கிலம் தெளிவற்ற மொழியாகிவிடும்' என்பார். அவரே, 'தமிழில் வழங்கிவரும் சமஸ்கிருதச் சொற்களில் பெரும்பான்மையை அல்லது முழுவதையும் ஒழித்தால் தூய்மையும் இனிமையும் மிகுந்த நடையைத் தமிழ்மொழி பெறும்' என்கிறார். (ஆசர், தென்மொழி, செப்.2015)

இவ்விடத்தில் நாம், 'மொழித்தூய்மை' பற்றியும் கொஞ்சம் பேச வேண்டியுள்ளது. உலகின் எந்தவொரு மொழியும் கலப்பற்ற 'தூயமொழி' கிடையாது. ஒரு மொழியில் தேவையற்ற பிறமொழிச் சொற்களை வடிகட்டலாம். மாறாக, முழுக்கவும் 'தூய்மையாக்கம்' செய்தால், மொழி வளர்ச்சியடையாமல் தேங்கிவிடும் அபாயம் உள்ளது. இதுவே, மொழி வரலாறு கூறும் உண்மை. இவ்விடத்தில் உலகப் புகழ்பெற்ற மொழியிலாளர் நோம் சோம்ஸ்கியைத் துணைக்கழைக்கலாம்.

"மொழி, காலந்தோறும் மாறும். ஒரு சமூகம் மாற்றங்களுக்கு உள்ளாகும்போது அச்சமூகம் பேசும் மொழியும் மாறும். மாற்றங்களுக்கு ஈடுகொடுக்கின்ற மொழி மாறும்; அவ்வாறு, வளைந்து கொடுக்காத மொழி மறைந்துவிடும். பொதுவாக, மொழியின் தன்மை மாறுவது. மாற்றம் பெற்றுக் காலவோட்டத்திற்கு ஏற்ப அது தன்னைத் தக்கவைத்துக் கொள்ளும்" என்பது சோம்ஸ்கியின் கூற்று. இதற்குச் சான்றாக, 'உயிரினங்கள் மாற்றத்தின் மூலமே தம் இருப்பைத் தக்க வைக்கின்றன. மாற்றத்தை எதிர்கொள்ள இயலாதவை அழிந்துவிடுகின்றன' என்கிறார், அவர் (அரங்கன், 2021:1)

யானைகளின் மூதாதைகளான 'மம்மூத்' என்னும் கம்பளி யானைகள், 'டினோசார்' என்னும் பூதப்பல்லிகள் அவ்வாறு அழிந்தவையே. அவ்வகையில் மொழியும் ஓர் உயிரியே. இருப்பினும், தமிழில் இருந்து சமஸ்கிருதத்தை நீக்கினால் தமிழுக்கு ஒரு சேதமும் இல்லை. அதில் அறிவுக்குச் செறிவூட்டும் அறிவியல் ஏதுமில்லை. எல்லாமே தேங்கிப்போன பழைய புராணங்கள். ஆனால், ஆங்கிலத்தை அவ்வாறு எளிதில் ஒதுக்கிட முடியாது.

நம் நடைமுறை வாழ்வுக்குத் தேவையான அறிவியலை நமக்குக் கொண்டு வந்து சேர்ப்பது ஆங்கிலமே. அதன் துணை இல்லாவிடில், என் சூழலியல் எழுத்துக்கள் சிறப்பாக அமைந்திருக்காது. இதைப் பதிவு செய்யும் மடிக்கணினி, அலைபேசி தொடர்பான சொற்கள் அனைத்தும் ஆங்கிலம் வழிதான் நமக்கு வாய்க்கிறது. அதற்காக, அம்மொழிக்கு நன்றி தெரிவிக்கலாம். ஆனால், மொழியை அடகு வைக்க முடியாது.

ஆங்கிலம் தன் தொழில்நுட்பச் சொற்களை அறிமுகம் செய்யும் போதே, நாம் உடனுக்குடன் அவற்றுக்கான கலைச்சொற்களைத் தமிழில் உருவாக்கிட வேண்டும். அவ்வாறு செய்தால் கம்ப்யூட்டர், 'கணினி' ஆனது போலத் தமிழும் அவற்றை எளிதில் உள்வாங்கும். ஆனால், புலமையாளர்கள் மட்டுமே கலைச்சொற்களை உருவாக்கிட முடியாது.

இருபதாண்டுகளுக்கு முன்னர் ஓர் உணவகத்தில் நின்று கொண்டிருக்கையில், 'தண்டூரி சிக்கன்' என்கிற சொல்லைத் தமிழில் எப்படிச் சொல்லலாம் என்று யோசித்துக்கொண்டிருந்தேன். அப்போது அங்கு வந்த முஸ்லீம் மூதாட்டி ஒருவர் வெகு இயல்பாக, ''எனக்கு ஒரு 'சுட்ட கோழி' கொடுப்பா'' என்றார். என் சிந்தனைப் பொடிப்பொடியாக உதிர்ந்துபோனது. இதைவிடவா ஒரு கலைச் சொல்லை உருவாக்கிட முடியும்? இன்று கடைகளே 'சுட்ட கோழி' என்ற பெயர்ப் பலகையுடன் இருக்கின்றன. எளிய மக்களிடம் நம் புலமை செல்லவே செல்லாது என்பதை அன்று புரிந்துகொண்டேன்.

இன்றும் மொழிபெயர்ப்பாளர்கள் அன்றாடம் ஒரு புதிய கலைச் சொல்லையாவது உருவாக்கிக்கொண்டுதான் உள்ளனர். தமிழின் எட்டு கலைக்களஞ்சிய அகராதிகளிலும் மொத்தம் மூன்றே முக்கால் இலட்சம் கலைச்சொற்கள் உருவாக்கப்பட்டுள்ளன என்கிறார் மணவை முஸ்தபா. ஆனால், இவற்றில் எத்தனைச் சொற்கள் புழக்கத்து வந்துள்ளன என்பதுதான் கேள்வியே.

மொழியில், ஒரு சொல் புழங்குவதற்கு மக்களின் பங்களிப்பு மிகவும் அவசியம். எளிய மக்களின் வாய்க்குள் நுழையாத எந்தக் கலைச் சொல்லாக்கமும் தோல்வியையே தழுவும். 'கொட்டை வடி நீர்', 'குளம்பி' எல்லாம் 'காபி'க்கு முன் தோற்றது அதனால்தான். ஒரு மொழியில் பிறமொழிச் சொற்களைப் பயன்படுத்த மூன்று உத்திகள் உண்டு என்பார் தமிழறிஞர் இரா. கோதண்டராமன். ஒன்று, கடன் மொழிபெயர்ப்பு (Loan Transition). Honey Moon என்பது தேன் நிலவு ஆனது போல. அடுத்து, கடன் கலவை (Loan Blend). இது Milk Powder என்பது பால் பவுடர் ஆனது போல. கடைசியாக, கடன் ஆக்கம் (Loan creation). Coal என்பது நிலக்கரி ஆனது போல.

இவற்றுள் ஒரு சமூகம் எதனை மிகுதியாகப் பயன்படுத்துகிறது என்பது அச்சமூகத்தின் மனநிலையைப் பொறுத்தது. மொழித் தூய்மையை வலியுறுத்தும் சமூகம், கடன் மொழிப்பெயர்ப்பு, கடனாக்கம் ஆகிய உத்திகளை மிகுதியாகப் பயன்படுத்தும் என்கிறார் அவர். ஆயினும், கடன் கலவை உத்தி மொழியின் எழுத் தியல் மரபைப் போற்றும் வகையில் அமைந்தால், அது மொழியின் தனித்தன்மையைச் சிதைக்கும் என்று சொல்ல முடியாது என்று கூறும் அவர், 'Bank' என்பது திரிந்து 'வங்கி' ஆனதைக் குறிப் பிடுகிறார். (2007, 1-2)

நாம் ஒரு புதிய சொல்லை உடனடியாக உருவாக்கி அளிக்காத நிலையில், மக்களே அச்சொல்லை கடன் கலவை உத்தியில் உரு வாக்கிக்கொள்கின்றனர். "எந்தவொரு சொல்லாக்கமும் அதன் படைப்புத் தன்மையில் இல்லை. அது பரவும் தன்மையில்தான் வாழ்கிறது. அது நிலத்தோடு அல்லது மக்களோடு பொருந்தும் வகையில் இருந்தால்தான் மக்களிடமும் பரவமுடியும். குறிப்பாக, பெண்களே பிறமொழிச் சொற்களைத் திரித்துத் தமிழ் சொற்களஞ் சியத்தை பெருக்கி வருகின்றனர்'' என்பார் நா.வானமாமலை.

'ஹாஸ்பிடல்' எனும் ஆங்கிலச்சொல் 'ஆசுபத்திரி' ஆனது அப்படியே. நாம் மருத்துவமனை என்கிற சொல்லை உருவாக்கி அளிக்க தாமதமானதால் அந்நிலை ஏற்பட்டிருக்கலாம். இதுபோன்ற செய்திகளைக் கவனத்தில் கொண்டே 'Virtual Water' என்ற ஆங்கிலச் சொல்லுக்குத் தமிழில், 'மறைநீர்' என்ற சொல்லை வழங்கினேன். அது வெற்றிகரமாகப் புழக்கத்திலும் வந்துவிட்டது. இதற்கும்

முன்னரே தமிழில், 'மெய்நிகர் நீர்', 'மெய்மை நீர்' போன்ற சொற்கள் இருந்தும் அவை வெற்றிபெற இயலாமைக்கு இதுவே காரணம். அதுபோலவே, 'Canopy' என்ற சொல்லுக்கு நான் உருவாக்கிய 'கவிகை'யும் புழக்கத்துக்கு வந்துகொண்டிருக்கிறது.

மற்றொரு பக்கத்தில் இதுபோன்ற முயற்சிகள் ஏதுமின்றி நாம், 'பண்ணி' தமிழ் பேசிக்கொண்டிருக்கிறோம். மலேசியாவில் இருந்த தமிழ்க்குயில் புலவர் கா.கலியபெருமாள் என்பவர் தமிழ்நாட்டில் பேசும் தமிழை இப்படித்தான் பகடிச் செய்வார். ஓர் ஆங்கிலச் சொல்லை அப்படியே போட்டு அத்துடன் 'பண்ணி' என்கிற சொல்லை இணைத்துவிட்டால் அது தமிழ்நாட்டில் தமிழாகிவிடுகிறது என்பார். முதல் பத்தியில் கூறப்பட்ட 'Work பண்ணி' என்ற சொல்லும் அப்படிப்பட்டதுதானே? இதுபோலத்தான் 'Dress பண்ணி', 'Drink பண்ணி' என்று ஏகப்பட்ட 'பண்ணி'கள் தமிழில் மேய்கின்றன. இதைச் சொல்வதற்கு அவர்களுக்குத் தகுதி இருக்கிறது.

மலேசியா மற்றும் சிங்கப்பூரில் வசிக்கும் தமிழர்கள் ஓர் அறிவியல் சொல் ஆங்கிலத்தில் அறிமுகமானதும் உடனுக்குடன் அதற்கான கலைச்சொல்லைத் தமிழில் உருவாக்கிவிடுகின்றனர். கணினியில் முதல் தமிழ் எழுத்துருவை (Font) உருவாக்கியதும் அவர்கள்தான். மேலும், புதிய கலைச்சொற்களை உருவாக்கும்போது சில தமிழ் நாட்டுப் 'பண்டிதர்கள்' செய்வது போலக் 'கூழாங்கற்களை வாயில் இட்டுக் கடிப்பது போன்ற கடின சொற்களை' அவர்கள் உருவாக்குவதில்லை. மக்களின் நாவில் புழங்கும் வகையில் எளிய சொற்களாகவே உருவாக்குகின்றனர்.

இன்றைய தமிழில் வழங்கும் 'வானொலி, தொலைக்காட்சி, கணினி' போன்ற பல சொற்கள் அவர்களுடைய அன்பளிப்பே. இங்கு, 'உலக வலைப்பின்னல்' என்று நாம் உருட்டிக்கொண்டிருந்த போது, அவர்கள் 'இணையம்' என்றனர். நமக்கு இன்னமும் 'வைரஸ்' ஆக இருப்பது அவர்களுக்கு 'நச்சில்.' நாம் 'மின்னஞ்சல்' என்று பொருத்தமாக உருவாக்கியிருக்கும் சொல்லையும் அவர்கள் இன்னும் அழகியலுடன் 'மின்மடல்' என்பர். நமது அலைபேசியை அவர்கள் பல்லாண்டுகளுக்கு முன்னரே 'கைபேசி ஆக்கிவிட்டனர்.

அவர்கள் உருவாக்கும் புதிய சொல்லை உடனே தம் அச்சு மற்றும் காட்சி ஊடகங்களின் வழியே அறிமுகப்படுத்தியும்

விடுகின்றனர். எனவே, அது எளிதில் வழக்கில் வந்துவிடுகிறது. வாய்ப்பிருந்தால் அவர்களுடைய செய்திகளை ஒருமுறை கேட்டுப் பாருங்கள். தமிழ்நாட்டு ஊடகங்களின் மொழிக்கொலை புரியும். நமது 'பாஸ்போர்ட்' அவர்களுக்குக் 'கடப்பிதழ்.' நம் காவல்துறை இன்னும் 'சம்மன்' அனுப்பிக்கொண்டிருக்க அவர்கள் 'அழைப் பாணை' அனுப்புகின்றனர். நடைமுறையில் நாம் இன்னமும் 'டீ' குடிக்க, அவர்கள் 'தேத்தண்ணீர்' குடிக்கின்றனர். நாம் காலையில் டிபன் சாப்பிட அவர்கள் 'பசியாறுவர்.'

இவ்வளவுக்கும் அவர்கள் நம்மைவிடத் தெளிவான உச்சரிப்பில் ஆங்கிலம் பேசுவார்கள். ஆங்கிலம் பேசினால் முழுமையான ஆங்கிலம். தமிழ் பேசினால் அசல் தமிழ். நம்மைப் போன்று இரண்டையும் கலந்து கட்டி, 'பண்ணித்தமிழ்' பேசி மொழிக்கொலை புரிவதில்லை. இதை இவ்வளவு விரிவாகச் சொல்லக் காரணம் ஆங்கிலத்தை ஒதுக்காமல் தமிழ்மொழியை உயிர்ப்புடன் வைத் திருக்கும் அவர்களின் வாழ்வியல் முறை.

அதை ஏன் நம்மால் கற்றுக்கொள்ள முடியவில்லை?

*

22 மொழிக்குள் ஒளிந்திருக்கும் தந்திரம்

வரலாற்றிலேயே முதன்முறையாக மும்முனை முற்றுகையில் சிக்கியுள்ளது தமிழ். பண்பாட்டு மேலாதிக்கத்துக்கு முனையும் சமஸ்கிருதம் ஒருபுறம்; அரசியல் மேலாதிக்கத்துக்கு முனையும் இந்தி ஒருபுறம்; பொருளாதார மேலாதிக்கத்துக்கு முனையும் ஆங்கிலம் ஒருபுறம் என்று ஒரே காலத்தில் மும்மொழித் தாக்குதலை எதிர்கொள்வது இதுவே முதல் முறை.

'வேதங்களே இந்துக்களின் அடையாளம், வேதாந்தமே இந்துக்களின் தத்துவம், இந்துமதமே இந்துக்களின் ஒற்றுமை' என்று சமஸ்கிருதம் கதறினாலும், அதன் வருணாசிரமக் கறையைப் பூசிக்கொள்ளத் தமிழ் சம்மதிக்கவில்லை.

தற்போது சுலோகம் மாற்றப்பட்டுள்ளது. 'இந்தியே இந்தியரின் அடையாளம், இந்தியே இந்தியரின் தேசிய மொழி, இந்தியே இந்தியரின் ஒற்றுமை.' இருந்தும், பருப்பு வேகவில்லை. மத வெறுப்பில் பிறந்த இந்தியை மத அடையாளம் சுமக்க விரும்பாத தமிழ், 'இந்தி தெரியாது போடா' என்று வெளியேற்ற முனைவது வியப்பில்லை. சமஸ்கிருதமாவது மணிப்பிரவாளம் வரை வந்து தாக்க முடிந்தது. இந்தி அதன் எல்லையிலேயே தடுத்து நிறுத்தப் படுகிறது.

இவ்வளவுக்கும் தமிழ் ஓர் உள்வாங்கும் (Inclusive) மொழி. அது, வெளித்தள்ளும் (Exclusive) மொழியில்லை. எனவே, இந்தி விவகாரத்தில் அதன் எதிர்ப்பை வெறுப்பாக எடுத்துக் கொள்ள லாகாது. அதுவொரு எதிர்வினை. நீ கோட்டைத் தாண்டாத வரை நானும் தாண்டமாட்டேன் என்று விடுக்கும் எச்சரிக்கை. இந்தச் 'சமஸ்கிருத -இந்தி' கூட்டணியின் அச்சுறுத்தல் இன்றுவரை நீடிப்பதே சிக்கல். அதுவே, நமக்கு ஆங்கிலத்தின் மீதான முழு முற்றான மனச்சாய்வை ஏற்படுத்திவிட்டது.

முந்தைய சமூகத்தில் நிலவிய இறுக்கமான சாதியக் கட்டமைப்புப் பெரும்பான்மை மக்களுக்கான கல்வியை வழங்க மறுத்தது. அந்த வரலாறு மாற்றி அமைக்கப்பட்டதில் ஆங்கில மொழிக்கு முதன்மையான இடமுண்டு. ஒடுக்கப்பட்ட மற்றும் பிற்படுத்தப்பட்ட மக்களின் வாழ்க்கைநிலை, அம்மொழியால் உயர்ந்தது. இதைத் தமிழ் மக்கள் என்றும் மறுக்கவோ மறக்கவோ இல்லை. சமஸ்கிருதத்தின் உறுப்பான சாதியம் வழங்க மறுத்த கல்வியை, ஆங்கிலம் வழங்கியதும் அதன் மீதான நம் பற்றுப் பெருகியது.

எங்கே நாம் ஆங்கிலத்தைக் கைவிட்டால், இந்த இரட்டை மொழிகள் உள்நுழைந்திடுமோ என்கிற நியாயமான அச்சம் இன்றும் நம்மிடையே நிலவுகிறது. இதுவே, கற்றல் என்னும் நிலையையும் தாண்டி, ஆங்கிலத்தின் மீது அளவுகடந்த 'விசுவாசம்' செலுத்தக் காரணமாகிவிட்டது. அந்தப் பற்றின் உடன்விளைவாக ஆங்கிலமொழி கொண்டு வந்த 'ஜெனேசிஸ்' (Genesis) அடிப்படையிலான மனிதமையச் சிந்தனை நமக்கும் ஒட்டிக்கொண்டதை நாம் உணரவில்லை.

அந்தச் சிந்தனைதான் நம் இயற்கைவளம் அழிக்கப்படுவதற்கு நாமே துணை போகும் மனநிலையை நமக்கு உருவாக்கிவிட்டது. அதனால், உயிரி மைய பார்வையான நம் திணைக்கோட்பாட்டுப் பார்வையை நாம் தொலைத்துவிட்டோம். ஆங்கிலம் கொண்டு வந்த ஐரோப்பாவின் மனித மையப் பார்வையால் நம் திணைகளை நாமே உயிரற்றப் பொருளாகப் பார்க்கத் தொடங்கினோம். அதனால், குறிஞ்சியை இன்று கிரானைட் தொழிற்சாலையாக வேடிக்கை பார்க்கிறோம்.

"கடந்த ஒன்றரை நூற்றாண்டுகளாகத் தமிழில் ஏகாதிபத்திய உணர்வை வலுப்படாமல் ஆங்கிலம் ஆக்கி வருகிறது. ஆங்கிலத்தில் இருந்தும் ஏகாதிபத்தியத்தின் பண்பாட்டுத் தாக்குதலில் இருந்தும், நாம் நம்மைப் போதுமான அளவு காத்துக்கொள்ளத் தவறியுள்ளோம். உலகமயமாக்கல் சூழலில் தமிழ்நாட்டின் இயற்கை வளங்களுக்கு அபாயங்கள் ஏற்பட்டுள்ளன. அந்த அபாயங்கள் குறித்த அக்கறையின்மை, தமிழ் அடையாள இயக்கங்களில் உள்ளூறைந்து கிடப்பது நமக்குக் கவலையளிக்கிறது." என்கிறார், ந.முத்துமோகன். (புதிய காற்று, மார்ச், **2008**)

நம் வாழ்வின்மீது மின்வெளிச்சம் பாய்ச்சியது ஆங்கிலம் என்பதில் மாற்றுக் கருத்தில்லை. அதற்காக மின்சாரத்தை அரவணைத்துக்கொள்ள முடியாது. மின்தாக்குதலைத் தடுக்க வீட்டில் தடுப்பான் (Breaker) அமைத்திருப்பது போல, ஆங்கிலத்துக்கும் ஒரு தடுப்பான் தேவை. பயன்பாட்டை மட்டும் அனுமதித்து, அதன் தாக்குதல் மனதுக்குள் ஊடுருவாமல் தடுக்கும் முயற்சியைத் தொடங்க வேண்டும். இதற்கான எச்சரிக்கையைத்தான் கூகி வா தியங்கோ நமக்கு அளிக்கிறார். (2021:21)

"காலனியம் முதலில் ஆதிக்கம்கொள்ள விழைவது நிலம் இல்லை. அங்கு வாழும் மக்களின் மனம். அவர்களின் மன உலகை ஆதிக்கத்துக்குக் கொண்டு வந்துவிட்டால், நிலத்தைக் கைக்கொள்வது மிக எளிது."

மீண்டும் நினைவூட்டுவோம். ஆங்கிலத்தை விரட்ட வேண்டாம். சற்று அடக்கி வைப்போம். அதைச் செய்யத் தவறியதால்தான் பல மூன்றாம் உலக மக்களின் மொழி, பண்பாடு, இயற்கைவளம் அனைத்தும் தொலைந்து வருகிறது. நம்பிக்கை வராதவர்கள் ஒரு முறை ஆப்பிரிக்க, அமெரிக்க, ஆஸ்திரேலியக் கண்டங்களின் வரலாற்றைப் படிக்கும்படி தாழ்மையுடன் வேண்டுகிறோம். மொழியின் அரசியல் புரியும்.

*

பகுதி 5

ஒரு நிமிடம் இப்படிக் கற்பனை செய்து பாருங்கள். ஒரே ஒரு வகைப் பூ மட்டுமே உள்ள உலகம். ஒரே ஒரு வகைப் பூச்சி மட்டுமே உள்ள உலகம். ஒரே ஒரு வகைப் பறவை மட்டுமே உள்ள உலகம். ஒரே ஒரு வகைத் தாவரம் மட்டுமே உள்ள உலகம். ஒரே ஒரு வகை விலங்கு மட்டுமே உள்ள உலகம். ஒரே ஒரு திணை வகை மட்டுமே உள்ள உலகம். ஒரே ஒரு வகை மனிதர் மட்டுமே உள்ள உலகம். இப்படிப்பட்ட உலகில் எவருக்காவது வாழப் பிடிக்குமா? ஆனால், அறிவியலுக்குச் சற்றும் பொருந்தாத, 'ஒரே தேசம், ஒரே மொழி, ஒரே மதம், ஒரே பண்பாடு' போன்ற 'ஒரே பைத்தியம்' பிடித்த குரல்களைத்தான் நாம் கேட்க முடிகிறது.

23 தொல்குடிகளின் சூழல் களஞ்சியம்

இலண்டன் விலங்கியல் கழகத்தைச் சேர்ந்த ஜொனாதன் லோ (Jonathan Loh), 'ஒரு நிலத்தின் பல்லுயிர் செறிவும் பன் மொழிச் செறிவும் வியக்கத்தக்க விதத்தில் ஒன்றுக்கொன்று தொடர்புடையது' என்கிறார். (The Guardian) நிலநடுக்கோட்டின் இருபுறமும் அமைந்த வெப்பமண்டலப் பகுதிதான், உலகின் பல் லுயிர் செறிவுமிக்கப் பகுதியாகும். அதில் ஒன்றே, 'பாப்புவா நியூ கினியா' தீவு நாடாகும்.

இது உயிரி பன்மயம் மிக்கப் பகுதி. அத்துடன் மொழி பன்மயம் மிக்கப் பகுதியாகவும் விளங்குகிறது. 4,62,840 சதுர கிலோமீட்டர் பரப்பளவுள்ள இத்தீவில் 830 மொழிகள் வழக்கில் உள்ளன. இதையே வேறு சொற்களில் கூறினால் 558 சதுர கிலோமீட்டருக்கு ஒரு மொழி பேசப்படுகிறது. குறிப்பிட்ட சில பகுதிகளில் 200 சதுர கிலோமீட்டருக்கு ஒரு மொழிகூட வழங்குகிறது. இத்தகைய மொழிச் செறிவுமிக்கப் பகுதி உலகில் வேறு எதுவும் கிடையாது.

மொழிக்கும் பல்லுயிரியத்துக்கும் உள்ள தொடர்பைச் சார்லஸ் டார்வினும் தனது நூலில் பேசியுள்ளார். டேவிட் கிறிஸ்டல் தனது 'மொழியின் மரணம்' என்கிற நூலில் மேலும், விரிவாக விவாதிக்கிறார்: "பல்லுயிரியம் பாதுகாக்கப்பட வேண்டும். தாவ ரங்கள், விலங்குகள், நுண்ணுயிரிகள் போன்ற அனைத்து உயிரினங் களும் ஒன்றுக்கொன்று தொடர்புடைய இயற்பியல் மற்றும் வேதியியல் காரணிகளுடன் கூடிய ஒரு வலைப்பின்னலால் இணைக்கப்பட்டுள்ளது. அவை தனித்து வாழ்பவையல்ல" என்று கூறிவிட்டு, "இந்த வாதம் மொழிக்கும் பொருந்தும். மொழிப் பன்மயம் பாதுகாக்கப்படுவது அவசியம். பன்முகப் பண்பாடுகள் அவசியமானது எனில், மொழிகளும் அவ்வாறே" என்கிறார். (2014:42,43)

ஆனால், நடப்பில் அறிவியலுக்கு முற்றும் பொருந்தாத வகையில், 'ஒரே தேசம், ஒரே மொழி, ஒரே மதம், ஒரே பண்பாடு' என்று, 'ஒரே பைத்தியம்' பிடித்த குரல்களைக் கேட்க முடிகிறது. இதையே சற்று மாற்றி, 'ஒரே மனித வகை' என்றால் யார் மட்டும் உயிரோடு இருப்பது? காக்கசாயிட்டா? நீக்ரோயிட்டா? மங்கலாயிட்டா? ஆஸ்ட்ரலாயிட்டா? அல்லது ஹிட்லர் கருதியது போல ஆரியர் மட்டுமா? இக்கருத்தியல் உலகுக்கு எவ்வளவு பெரிய சேதத்தை ஏற்படுத்தியது? அதுபோல ஒரே மொழி என்பதும், முற்றிலும் பொருந்தாக் கருத்து.

"மொழி பன்பயம் என்பது மரபணுத் தொகுப்பைப் போன்றது. மனித இனம் செழிப்பதற்கு உதவுபவை. நாம் செழிக்க வேண்டுமெனில், பல மொழிகளும் நமக்களிக்கும் சிந்தனையின் பரிமாற்றம் நமக்குத் தேவைப்படுகிறது" என்பார், போக்சன் (Pogson). இதையே, ரஷ்ய எழுத்தாளர் விஜாசெஸ்லவ் ஐவனோவ் (Vjaceslav Ivanov), "ஒவ்வொரு மொழியும் குறிப்பிட்ட ஒரு வகை மாதிரியை உருவாக்கி வைத்துள்ளது. உலகை விளக்க நமக்குப் பல வழிகள் இருப்பின், அது நம்மைச் செறிவுடன் வைத்திருக்கும்தானே?" எனக் கேள்வி எழுப்புகிறார். (Crystal, 2014:45, 47)

ஒவ்வொரு மொழியும் சூழல் களஞ்சியங்கள்தாம். அவற்றில் நமக்குத் தேவைப்படும் அறிவு இன்னும் மறைந்து கிடக்கிறது. உலகில் ஏறக்குறைய ஒன்றே முக்கால் இலட்சம் உயிரின வகைகளுக்கு அறிவியல் பெயர் சூட்டப்பட்டுள்ளது. எனினும், 90% உயிரினங்கள் இன்னும் பார்வைக்கு வரவில்லை என்கிறார்கள் அறிவியலாளர்கள். அறிவியல் மொழியில் வேண்டுமானால், இன்னும் அவற்றுக்குப் பெயரிடப்படாமல் இருக்கலாம். ஆனால், அந்த உயிரினங்கள் வாழும் பகுதியில் பேசப்படும் மொழிகளில் அதற்கு ஏற்கனவே பெயரிடப்பட்டிருக்கும்.

போர்னியோ தீவில் நான் சந்தித்த ஒரு தொல்குடி முதியவரிடம், ஒரு ஆற்றுக்கு இரண்டு பெயர் இருப்பதைக் குறிப்பிட்டு, அவற்றில் எது பொருத்தமானது என்று கேட்டேன். அவை இரண்டுமே சமவெளி மனிதர்கள் வழங்கிய பெயர். அவை இரண்டையும் தவிர, தொல்குடி மொழியில் மற்றொரு பெயர் இருப்பதை அவர் சுட்டிக்காட்டினார். அதை அழகியலோடு இவ்வாறு சொன்னார்: "நீங்கள் இந்த நீரில் கைவைக்கும் முன்னரே அதற்குப் பெயர் வைத்தவர்கள் நாங்கள்."

பசிபிக் பெருங்கடலில் வாழும் சால்மன் மீன்கள் இனப்பெருக் கத்துக்காக ஆற்றுக்குச் செல்வது வழக்கம். ஆற்றில் சிறுகற்கள் நிறைந்த பகுதிகளில் குழித்தோண்டி முட்டைகளை இட்டு, மூடி வைத்துவிட்டுக் கடலுக்குத் திரும்பிவிடும். ஃபின்லாந்து நாட்டின் ரெனோ ஆற்றில் இவ்வாறு நடப்பதைக் கண்டறிந்த ஆய்வாளர்கள் அதனைத் தம் கண்டுபிடிப்பாக உலகுக்கு அறிவித்தனர். ஆனால், அதற்கு முன்னரே அப்பகுதியில் வாழும் பழங்குடியின் சயாமி மொழியில் அந்த இடத்தைக் குறிக்கச் ‘சால்மன் மீன்களின் முட்டைப் படுக்கை’ என்ற தனிச்சொல்லே இருந்தது என்று எழுது கிறார், பொ.ஐங்கரநேசன். *(2009:362)*

உலகம் கேள்விப்படாத அந்தச் சயாமி மொழி தேவையற்ற மொழியா? ‘ஒரு மொழியின் இறப்பு என்பது ஒரு மரபுசார் அறிவின் பேரிழப்பாகும். மொழிப் பன்மயத்தில் ஏற்படும் இழப்பு நம் இனத்தின் தகவமைக்கும் வலிமையைக் குறைக்கும். ஏனெனில், அது நம் அறிவுத்தளத்தைக் குறைக்கின்றது’ என்று பெர்னாட் கூறுவதைச் சுட்டுகிறது, ‘மொழியின் மரணம்’ என்னும் நூல். *(2014:44)*

இங்குத் தமிழ் மொழியையும் நாம் விமர்சனத்துக்கு உட்படுத்த வேண்டியது அவசியமாகிறது. மேற்குத் தொடர்ச்சிமலையில் வசிக்கும் பல பழங்குடி இனமக்களின் மொழியைப் பாதுகாக்கப் போதுமான முயற்சிகள் இல்லை. கல்வி, பொருளாதாரம் உள்ளிட்ட அனைத்து வகைகளிலும் தமிழ்மொழி அதிகாரத்தில் இருப்பதன் காரணமாகப் பழங்குடிகளின் மொழிகளைக் கறையான் அரிப்பது போலக் கொஞ்சம்கொஞ்சமாக அரித்து வருகின்றது. இது ஒருவகை மென்முறை அதிகாரம். எதிர்ப்பதற்கு அம்மக்களுக்குக் குரல் வலு வில்லை.

காடுகளில் வாழும் அம்மக்களின் மொழிகளில் காடு, காட்டுயிர் குறித்த அறிவு, கட்டாயம் தமிழ் மொழியில் உள்ளதைக் காட்டிலும் செறிந்திருக்கும். பிலிப்பைன்ஸ் நாட்டிலுள்ள ஒரு தொல்குடி மக்களின் மொழியில் ஒரு செடியின் பாகங்களைக் குறிக்க மட்டும் மொத்தம் நூற்று அறுபதுக்கும் மேற்பட்ட சொற்கள் இருக்கின்றன என்பதைக் கேள்விப்பட்டு வியப்பாக இருந்தது. அதுபோன்ற சொற் செறிவு நம் பழங்குடி மக்களின் மொழிகளிலும் இருக்கலாம். நாம் ஓர் எடுத்துக்காட்டைப் பார்ப்போம்:

‘மௌஸ் டீர்’ (Mouse Deer) என ஆங்கிலத்தில் வழங்கப்படும் ஒரு சிறு விலங்கை அப்படியே நேரடித் தமிழில், ‘எலிமான்’ என்று எழுதிவரும் கூத்து நம் ஊடக மொழியில் நடக்கிறது. இதற்குத் தமிழில், ‘சருகுமான்’ என்று பெயர். தோற்றத்தில் மான் போல இருந்தாலும், அறிவியல் வகைப்பாட்டின்படி அது பன்றி இனத்தைச் சார்ந்த ஒரு விலங்கு. இருப்பினும், அறிவியல் மொழியாகத் தன்னைத் தகவமைத்துக் கொண்டுள்ள ஆங்கிலமே அதை ‘மான்’ வகையாகக் குறிப்பிடுவது வேடிக்கையே. ஆனால், மேற்குத் தொடர்ச்சிமலை வாழ் பழங்குடி மக்கள் அதைக் ‘கூரன் பன்றி’ எனப் பொருத்தமாகப் பெயரிட்டு அழைக்கின்றனர் என்பார், தியடோர் பாஸ்கரன்.

தமிழ்மொழியுமே, ‘மான்’ என்று கருதித் தவறு செய்த இடத்தில், அந்தப் பழங்குடி மக்களுக்கு அறிவியலைக் கற்றுத் தந்தவர் எவர்? இன்னும் இதுபோன்று எவ்வளவு சொற்களஞ்சியப் புதையல்கள் அவர்களிடம் மறைந்துள்ளனவோ தெரியவில்லை.

காடர் இனமக்களின் மொழியானது பூக்கள், தேன் வகைளின் ‘சூழல் களஞ்சியம்.’ நாம் அறிந்த விலங்கான எருமை குறித்துத் தமிழ்மொழியில் இருப்பதைவிடத் தோடர்களிடம் சொற்களஞ் சியம் மிகுந்துள்ளது. இவையெல்லாம் இன்னும் தமிழில்கூட மாற்றிட நம்மால் இயலாத நிலையில் அம்மொழிகளை அழிய விடுவது எந்த வகையில் நியாயம் என்பதை நாம் யோசிக்க வேண்டும்.

*

24 ஒரே ஒரு மொழி ஒரே ஒரு உலகம்

உலகில் இன்று தோராயமாக *21%* பாலூட்டிகள், *13%* பறவைகள், *15%* ஊர்வன வகைகள், *30%* நீர்நில வாழ்விகள் அழிவுக்குக் காத்திருக்கின்றன. பல்லுயிரியம் மட்டுமன்றி, மொழிப் பன்மயமும் ஆபத்திலுள்ளது. பேசப்படும் ஏழாயிரம் மொழிகளில் நான்கிலொரு பங்கு அழிவுக்குக் காத்திருக்கின்றன. *1970*க்குப் பிறகு, ஏறக்குறைய *30%* மொழிகள் அழிந்துள்ளன. இன்னும் *400* மொழிகள் காத்திருப்பில் உள்ளன என்கிறார், ஜொனாதன் லோ. (The Guardian)

உயிரினங்களில் 'ஓரிடவாழ்வி' (Endemic Species) உண்டு. ஓரிட வாழ்வி என்பது ஒரு குறிப்பிட்ட நிலத்தில் மட்டுமே வாழும் உயிரினமாகும். உலகின் பிற பகுதிகளில் அதைக் காணமுடியாது. (எ-டு) ஆஸ்திரேலியாவின் கங்காரு. அதுபோல மொழிகளிலும் ஓரிடமொழிகள் (Endemic Languages) உள்ளன. உயிரினங்களில் ஓரிடவாழ்விகளைப் பாதுகாக்க விழையும் நாம், ஓரிடமொழிகளை மட்டும் கைவிடுவது ஏன்?

நம் துணைக்கண்டத்தையே எடுத்துக்கொள்வோம். ஒருமுறை குஜராத் சிங்கங்களில் சிலவற்றை வேறு மாநிலத்தில் வளர்க்கும் யோசனை முன்மொழியப்பட்டது. ஆனால், அப்போது குஜராத் முதல்வராக இருந்த நரேந்திர மோதி அவை குஜராத்தின் 'ஓரிட வாழ்வி' என அவற்றை விடுவிக்க மறுத்தார். இன்றைக்கு அதே மோதி பிரதமரானதும் தன் ஆட்சியில் 'ஒரே மொழி'க் கொள்கை யைத் திணிக்க முயல்வது முரண். இங்குப் பலவகைப்பட்ட ஓரிட மொழிகள் உள்ளன. உலகில் அதிக மொழிகள் பேசப்படும் இடங் களில் நான்காவது இடத்தில் இருப்பது இந்தியத் துணைக்கண்டம்.

ஆக்ஸ்போர்டு பல்கலைக்கழக விலங்கியல் துறையில் கணிதவிய லாளராக இருப்பவர் மார்க் பேஜல். இலண்டன் பலகலைக்கழக மானிடவியல் துறையைச் சேர்ந்தவர் ரூத்மேஸ். இருவரும் இணைந்து மேற்கொண்ட ஆய்வு முடிவின்படி, 'உலகில் பல்லுயிரியம் குறைந்த வடதுருவப் பகுதியில் வாழும் விலங்குகள் நிலநடுக்கோட்டுப் பகுதியில் வாழும் விலங்குகளைவிடப் பெரிய நிலப்பரப்பில் உலாவு கின்றன. இந்த உயிரினச்சூழல் விதி மொழிகளுக்கும் பொருந்தும்' என்பார்கள். (வின்ஸ், காலச்சுவடு. செப்.2000)

அதாவது, வடக்கில் பேசப்படும் மொழிகள் தெற்கில் பேசப் படும் மொழிகளைவிட, அதிக நிலப்பரப்பில் பேசப்படுகின்றன. இது ஒரு தகுதியாக எடுத்துக்கொள்ளப்பட்டதா என்பது தெரிய வில்லை. அவை உலக நிலப்பரப்பையும் கைப்பற்ற முனைகின்றன.

ராக் இசைப் பாடகர் லாரி ஆண்டர்சன் கூறுவார்: ''மொழிகளை நோய் பரப்பும் நுண்ணுயிரிகளாகக் கொண்டால், அவற்றில் சில மொழிகள் எளிதாகத் தொற்றுகின்றன. சீனம், ஆங்கிலம், ஸ்பானியம், ரஷியம், இந்தி ஆகிய ஐந்தே மொழிகள் உலக மக்கள் தொகையில் பாதிக்கு மேற்பட்டவர்களைத் தொற்றியுள்ளன.'' இந்த ஐந்து மொழிகளுமே வடபகுதி மொழிகள் என்பதை நாம் கவனிக்க வேண்டும்.

மொழிக்கும் சூழலியலும் உள்ள தொடர்பை மறுப்பவர்களும் உள்ளனர். அதில் மொழியியலாளர்கள் சிலரும் வரலாற்றாசிரியர் களும் உண்டு. மொழிக்குச் சிக்கலான பன்முகத் தன்மைகள் இருக் கின்றன. அவற்றை எல்லாம் இயற்கை நிகழ்வுகளாகக் குறைத்துக் கணித வாய்பாடுகளைப் போலக் காட்ட முயலாதீர்கள் என்பார்கள், இவர்கள்.

இப்படிச் சொல்கிறார்களே? என்று புவியியல் அறிஞரும் எழுத்தாளருமான ஜேரட் டைமண்ட் அவர்களிடம் கேட்டால், ''ஆமாம், அவர்கள் அக்கருத்தை மதிக்கவில்லை. தவறு என்று கேலி செய்து ஓரங்கட்டினர்'' என்கிறார்.

''அப்புறம்?''

''இப்போது பல அறிவியல் துறைகளிடமிருந்து புதிய தகவல்கள் வந்து குவிந்ததும், அமைதியாகி வருகின்றனர். மரபணுவியல், மூலக் கூறு இயல், நுண்ணுயிரியல், நோய் பரவலியல் (எபிடெமியாலஜி), பயிர்களுக்கும் அதன் காட்டு மூதாதைகளுக்கு உள்ள தொடர்பை

விளக்கும் உயிர்ப்புவியியல், வளர்ப்பு விலங்குக்கும் அதன் காட்டு மூதாதைக்கும் உள்ள நடத்தைசார் சூழலியல் இவற்றோடு மொழி யியல் தொல்லியல் போன்ற பல சான்றுகள் அவ்வாதத்தை அமைதியாக்கி வருகிறது'' என்கிறார், அவர். *(2013:34)*

பேஜல் அவர்களும் மொழியை உயிரியல் முறையில் அணுகு வதில் குறைபாடு உள்ளது என்று கூறியவரே. எனினும், பல்லுயிரியம் தேக்கமடைகையில் நாம் மொழிகளை இழக்கிறோம் என்பதை அவர் ஒத்துக்கொள்கிறார். (வின்ஸ்) சுற்றுச்சூழல் வரலாற்றை நோக்குகையில் அது உண்மை என்றே தெரிகிறது. ஏறத்தாழ 1500 ஆண்டுகளுக்கு முன்பு இப்போது உள்ளதைவிட மக்கள் தொகை 500 மடங்கு குறைவாக இருந்தது. ஆனால், மனித மொழிகளின் எண்ணிக்கையோ 10,000 மொழிகள் என்கிற அளவில் உச்சத்தில் இருந்தன என்கிறார், பேஜல்.

பின் அவை எப்படிக் குறைந்தன?

''மனிதகுலம் வேளாண்மையைப் பெருக்கியதும் அத்தனை மொழிகளும் அடித்துச் செல்லப்பட்டன. பயிர்த்தொழில் செய்த வர்கள் பெற்ற வெற்றிதான் அம்மாற்றத்தைச் செய்தது. அது குறிப் பிடத் தகுந்த அளவிற்குப் பல மொழிகளை ஒரு மொழி நோக்கி ஒன்றுபடுத்தியது'' என்கிறார், பேஜல். (வின்ஸ்)

உலகின் முதல் சூழல் சீரழிவு வேளாண்மையில் இருந்தே தொடங்கியது. இருந்தாலும் மனித நாகரிகத்தின் வளர்ச்சிக்கு அது அடிப்படையாக இருந்ததால் அது ஏற்றுக்கொள்ளப்பட்ட ஒன்றாக இருந்தது. வேளாண்மை என்பது வேளாண் வணிகமாக மாறத் தொடங்காத காலம் வரையிலும் அது கட்டுக்குள் இருந்தது எனலாம். இதன் பொருள் வேளாண்மை நிலங்களின் பெருக்கம் என்பது சுற்றுச்சூழலை மட்டும் அழிக்கவில்லை. அவை மொழிப் பன்மயத்தையும் சேர்த்தே அழித்தது.

இன்று அதே பணியைச் சந்தைப் பொருளாதாரம் செய்கிறது. அதற்குப் பன்மொழிப் பெருக்கம் தேவையில்லை. ஒற்றை மொழி யாக இருந்தால்தான் வணிகம் செய்ய எளிது. பல மொழிகள் என்பது அதற்கு இடையூறு. தனித்தனியே செலவு செய்ய வேண்டும் போன்ற தொந்தரவுகள் உள்ளன. 'சீனாவில் மாண்டரின் என்கிற ஒற்றை மொழியைத் தம் தொலைக்காட்சிகளின்வழி ஒலிப்பரப்புகையில் வளமான வாழ்வு மட்டுமன்றி, ஒழுங்கு கட்டுப்பாடும் முடிவாக

அமைதியும் கிடைக்கும்' என்று ரூபர்ட் மர்டாக் கூறுவதைக் கவனிக்க வேண்டும். (வின்ஸ்)

ஒழுங்கு, கட்டுப்பாடு போன்ற சொல்லாடல்கள் அரசு அதிகாரத்துக்குத் துணை நிற்பவை. எனவே, ஒற்றை மொழிப் பண்பாடு என்பது கார்ப்பரேட் மற்றும் அரசாங்கக் கூட்டணிக்கு வேண்டுமானால், வாய்ப்பானதாக இருக்கலாம். ஆனால், இயற்கைக்கு எதிரானவை. முடிவில் அமைதி கிடைக்குமாம். என்ன வகை அமைதி? மயான அமைதியா? ஒரு நிமிடம் இப்படிக் கற்பனை செய்து பாருங்கள்.

ஒரே ஒரு வகைப் பூ மட்டுமே உள்ள உலகம். ஒரே ஒரு வகைப் பூச்சி மட்டுமே உள்ள உலகம். ஒரே ஒரு வகைப் பறவை மட்டுமே உள்ள உலகம். ஒரே ஒரு வகைத் தாவரம் மட்டுமே உள்ள உலகம். ஒரே ஒரு வகை விலங்கு மட்டுமே உள்ள உலகம். ஒரே ஒரு திணை வகை மட்டுமே உள்ள உலகம். ஒரே ஒரு வகை மனிதர் மட்டுமே உள்ள உலகம். இப்படிப்பட்ட உலகில் எவருக்காவது வாழப் பிடிக்குமா? எவருக்காவது கதை, கவிதை எழுத வருமா? திரைப்படங்கள் எந்த அழகியலைக் காட்சிப்படுத்தும்?

மாறாகத் தமிழில் கூறப்படும் ஐந்திணை உலகமும் அதன் கருப்பொருளாகிய பல்வகை உயிரினங்களையும் கற்பனை செய்து பாருங்கள். இதுபோல மொழிப் பன்மயமும் உலகுக்கு அவசியமானவையே. இதை மொழியியல் அறிஞர் மைக்கல் கிரவுஸ் இன்னும் அழகாக எடுத்துரைக்கிறார். (வின்ஸ்)

"மொழிப் பன்மயம் இல்லாவிடில் உலகம் அழகிலும் சுவையிலும் குறைந்துவிடும்."

*

25 தமிழ்
நம் நிலத்தின் கண்ணாடி

மொழி என்பது அது பேசப்படும் நிலத்தின் கண்ணாடி. நிலம் சார்ந்த சூழலியல் தகவல்கள் அதில் பிரதிபலிக்கும். பல்லுயிரியம் குறைவாக இருப்பின் மொழியின் சொற்செறிவும் பொருட்செறிவும் குறையும். பல்லுயிரியம் செறிந்திருப்பின், அவை மிகுந்திருக்கும். அவ்வகையில், தமிழ்மொழியின் திணைக்கோட்பாடு என்பது நம் நிலத்தின் கண்ணாடி.

ஆனால், திணைக்கோட்பாடு என்பது ஈராயிரம் ஆண்டுகளுக்கு முன்பு வாழ்ந்த ஓர் இனக்குழுவின் கோட்பாடு. நாம் இப்போது நேனோ அறிவியல் காலத்தில் வாழ்கிறோம். எனவே, மரபு என்பதற்காக ஒரு பழைய கோட்பாட்டை இன்றும் தூக்கிச் சுமப்பது எவ்வகையில் சாத்தியம்?

இக்கேள்வியில் முழு நியாயம் உள்ளது. அறிவியலைப் பொறுத்த வரை அது பின்னோக்கிச் செல்வதை ஏற்காது. String field theory என்கிற புதிய இயற்பியல் கோட்பாட்டை முன்வைக்கும் மிசியோ காகு (Michio kaku) என்பவர், நாம் கண்டுபிடிப்புகளின் காலத்திலிருந்து (Age of discovery) வெற்றிபெறும் காலத்திற்கு (Age of mastery) மாறியுள்ளோம் என்று கூறுவதை எடுத்துக்காட்டுகிறார், அ.மார்க்ஸ். (தீராநதி, ஜூன், 2008) எனவே, பழம் மரபுக்கு அதே தன்மையுடன் திரும்புதல் என்பது இன்று கேள்விக்குரியதே.

இங்கு மரபு என்கிற சொல்லின் பயன்பாடும் கவனத்துக்குரியது. 'தற்காலத் தமிழில் அதிகத் தவறான பயன்பாடு கொண்ட சொற்களில் ஒன்று மரபு' என்று பேரா.கைலாசபதி கூறுவது ஏற்புடையதே. ஏனென்றால், மரபு என்றாலே அதைத் தொழவேண்டும் என்கிற மனநிலைக்கு நாம் ஆட்பட்டிருக்கிறோம். இது வைதீகம் ஏற்படுத்திய பாதிப்பு.

வைதீகமே, 'வேதமரபு என்பது அநாதியானது, ரிஷிகளால் வழங்கப்பட்டது எனவே, அது மாற்றப்பட முடியாதது' என்றெல்லாம் கூறும். அதை உள்வாங்கியே தமிழிலும் மரபு என்பதை முதலும் முடிவுமற்ற புனிதநிலைக்கு உயர்த்திவிட்டனர். 'மரபு அநாதியானது என்று கூறுவது வரலாற்று வளர்ச்சியை நிராகரிப்பதாகும்' என்பார், கைலாசபதி.

திணைமரபு என்பது சாதிய மரபைப் போன்ற ஒரு திடப்பொருள் இல்லை. இது திரவமரபு. கலனுக்கேற்ப மாறும் இயல்புடையது. நம்முடைய வாழ்க்கைமுறை, பார்வை, ஏன் மொழியமைப்பும் கூடத் தொல்காப்பிய காலத்தோடு ஒப்பிடுகையில் இன்று பெரும் மாற்றம் அடைந்துள்ளன. 'மாற்றம் ஏதுமின்றித் தேக்க நிலையில் கிடக்கும் ஒரு சமூகத்தில்தான் 'தொன்னெறிச் சிந்தனைகள்' வழி காட்டியாக இருக்க முடியும்' என்கிற கைலாசபதியின் கூற்றுக்கு முழு ஒப்புதல் தெரிவிக்கலாம். (2017:36)

தொல்காப்பியமும் மரபுக்கு முதன்மை தருவது உண்மையே. ஆனால், அது வழக்கு, வழங்கியல் என்று அதைக் கையாளப்படுவதைக் கவனிக்க வேண்டும். வேதமரபைப் போன்று இறுகிய நிலையில் அதை வைத்திருக்கவில்லை. 'விருந்தே தானும் புதுவது கிளந்த யாப்பின் மேற்றே' (செய்யுளியல் 231) என்கிறது, தொல் காப்பியம். அது மரபுக்கு முதன்மை தந்தாலும் புதுமையை ஏற்கவும் தயங்கவில்லை என்பதை இது குறிக்கின்றது. விருந்து என்பது புதுமையை மட்டுமில்லை, அது இன்றைய 'ஃபேஷன்' என்பதையும் குறிக்கும். அதாவது, காலத்திற்கேற்ப மாற்றங்களையும் தமிழ் ஏற்றுக் கொள்வதை இது குறிக்கின்றது என்கிறார், க.பூரணச்சந்திரன். (2021: 83)

உயிரினங்களின் வரலாற்றில் படிமலர்ச்சி (பரிணாமம்) என்பது எவ்வளவு இயல்பானதோ, அத்தகைய இயல்பு மொழிகளுக்கும் உள்ளன. எனவேதான், "இன்று யாரேனும் தொல்காப்பியக் கருத்துக்களை விமர்சனத்துக்கு உட்படுத்தினால், அது நியாயமானதே. அந்த உரிமை வழங்கப்பட வேண்டும்" என்கிறார் அய்யப்ப பணிக்கர். மரபு குறித்த திடக்கருத்தியல் கொண்டிருப்பவர்களுக்கு இக்கூற்று அதிர்ச்சி அளிக்கலாம். ஆனால், அவர் கூறும் விளக்கத்தையும் நாம் கேட்க வேண்டும்.

‘தொல்காப்பியத்தை விமர்சனத்துக்கு உட்படுத்தும்போது தான் திணைக்கோட்பாட்டுக்கான சமகால ஏற்பமைவினைக் கண்டடைய இயலும். திணை, உள்ளுறை, மெய்ப்பாடு என்று மந்திர உச்சாடனங்களைச் செய்து கொண்டிருந்தால் மட்டும் போதாது’’ என்று பளிச்சென்று தெரிவிக்கிறார், அவர். *(2012:123)*

திணைக்கோட்பாடு ஒன்றும் இறுகிய பாறையில்லை. அதனூடே நெகிழ்வான நீரூற்றும் உண்டு. ஆகவே, ‘வருங்காலத் தலை முறையினர் அதன் பொருளை விரிவாக்கிக் கொள்ளும் வாய்ப்பு களுக்கு அது மறுக்காமல் இடமளிக்கிறது’ என்கிறார், அவர். சிலப் பதிகாரத்திலும், கம்பராமாயணத்திலும், முதல்; கரு; உரிப்பொருள் ஆகிய மூன்றிலும் அவ்வாறு மாற்றங்கள் நேர்ந்திருப்பதை அவர் சுட்டிக்காட்டுகிறார். *(2012:125)* மேலும், ஒரு படி சென்று அவர் திணைக்கோட்பாட்டைச் சேக்ஸ்பியரின் மாக்பெத் நாடகத்தில் மிக அழகாகப் பொருத்திக் காட்டுவது முற்றிலும் புதிய பார்வை.

மலையாளம் மற்றும் சமஸ்கிருதத்தில் ஆழ்ந்த புலமை கொண்ட மொழியியல் அறிஞரான அய்யப்ப பணிக்கர், தமிழின் திணைக் கோட்பாடு பற்றிய தன் கனவை விரித்துப் பேசுவதை, நாம் ஒவ்வொருவரும் அவசியம் படிக்க வேண்டும். கேட்பதற்கு அவ் வளவு சுவையாகவும் ஆர்வமாகவும் இருக்கும் அது.

‘தொல்காப்பியம் குறிப்பிட்ட ஒரு காலகட்டத்தை முதன்மைப் படுத்தி எழுதப்பட்ட ஒரு நூல். அது அக்காலத்து நிலவியல் வரலாற்று உண்மைகளையே ஆராய்கிறது. வேறுபட்ட வரலாற்றுக் கட்டங்களைப் ‘பொழுது’ என்னும் கருத்தினுள் அது உள்ளட க்கவில்லை. பிற்காலத் தலைமுறையினர் பொருள் விரிவு செய்து கொள்ளும் வாய்ப்புகளுக்கு அது மறுக்காமல் இடமளித்துள்ளது. ஆகவே, அகம் புறம் என மொத்தம் பதினான்கு திணைகளில் நாம் ஒடுங்கிவிடாது, உலக இலக்கியத்தில் நாம் காணும் பிற நிலங்களையும் இணைக்க வேண்டும். சான்றாகப் பெருநகரம், கடல், பிரயரி, ஸ்டெப்பிஸ், தூந்திரா, பனிவெளி, விண்வெளி ஆகியவற்றையும் திணைக்கோட்பாட்டுடன் இணைப்பது காலத்திற் கேற்ப அதைப் புதுப்பிக்கும் நடவடிக்கையாக இருக்கும்’ என்கிறார், பணிக்கர். *(2012:124,125)*

இன்று தமிழ் மக்கள் உலகம் முழுதும் புலம்பெயர்ந்து வாழும் நிலையில் இது சாத்தியம் என்றே தோன்றுகிறது. புலம்பெயர்ந்த வர்களுக்கான திணையியல் மொழி எவ்வாறு அமையும்? புலம் பெயர்ந்த முதல் தலைமுறையினருக்கு வேண்டுமானால், அது இழந்த நிலத்தின் பிரிவுத்துயரை அல்லது, புதிய நிலத்தின் அந்நியத் தன்மையைச் சுட்டுவதாக அமையலாம். நெடுங்காலம் உதிராத பனையோலை நினைவின் முன்பாக எளிதில் உதிரும் மேப்பிள் இலையின் ஒப்பீடு நிகழலாம். ஆனால், பனையைப் பார்த்திராத அடுத்த தலைமுறைகளின் இலக்கிய உருவாக்கத்தில் மேப்பிள் இலைகள் மட்டுமே உதிர்ந்து கொண்டிருக்கும்.

இன்று ஃபின்லாந்து நாடு வரைக்கும் தமிழ் மக்கள் பரவியுள்ள நிலையில், அதன் வட எல்லையில் துருவப் பகுதியில் நிகழும் இயற்கை விந்தையான 'அரோரா', தமிழ் இலக்கியத்தின் கருப் பொருளுள் ஒன்றாக மாறும் நாள் அதிகத் தொலைவில் இல்லை என்றே நம்புகிறேன். அப்போதுதான், 'கருப்பொருள் காலத் தேச வேற்றுமைக்கு ஏற்பச் சீரமைக்கப்பட வேண்டும்' என்கிற அய்யப்ப பணிக்கரின் (2012:120) ஆசையும் நிறைவேறும்.

"மிக மிக அவசியமான தகவல்கள் மட்டுமே, மிக மிக நுண்மை யாகவும் சுருக்கமாகவும் பொருளதிகாரத்தின் பக்கங்களில் கூறப் பட்டுள்ளன. தொல்காப்பியத்தின் இந்தச் சுருக்கெழுத்தைப் பல நூற்றாண்டுகளாக நாம் கவனிக்கத் தவறியதோடு அவற்றைக் கைவிட்டும் விட்டோம். அதை மீட்டெடுக்க இந்தப் பின்-காலனிய வரலாற்றுக் கட்டமேனும் வாய்ப்பளிக்கட்டும்" என்கிற வேண்டு கோளை நம் முன் வைக்கிறார், அவர். (2012:125)

அந்தப் பின்-காலனியப் பணியைத் தமிழின் பசுமை இலக் கியம் சிறப்பாகச் செய்துவருகிறது என்பதை அடக்கத்துடன் கூற விழைகிறேன். திணைக்கோட்பாட்டை முற்றிலும் புதிய பார்வையில் எழுத்தாளர் பாமயன் அளிப்பது அதற்கொரு சான்று. தலைவன், தலைவிக்கு இடையே நிகழும் உரிப்பொருளான ஒழுக் கத்தை அவர் நிலத்துக்கும் நீருக்குமான உறவாக மாற்றிக் காட்டுவது புதுமையானது.

வானிலிருந்து பொழியும் மழை, முதலில் பொழியும் இடம் அல்லது, புணரும் இடம் மலைப்பகுதி. அதனால், குறிஞ்சி என்பது புணர்தலும் புணர்தல் நிமித்தமும் ஆகும். பிறகு, நீர் மலையிலிருந்து

இறங்கி தங்கும் இடம், முல்லை. அதனால், அது இருத்தலும் இருத்தல் நிமித்தமும் ஆகிறது. மழை பெய்தால்தான் ஆற்றில் நீரோடும். இல்லையெனில், நீருக்கும் மருதநில உழவர்களுக்கும் இடையேயான உறவு எப்போது ஊடல்தான். ஆகவே, அது ஊடலும் ஊடல் நிமித்தமும். கடலில் கண்ணுக்கு எட்டிய வரை நீருண்டு. ஆனால், அதில் ஒரு துளியையும் பருக இயலாது. இது மிகவும் இரங்கத்தக்க நிலை. எனவே, அது இரங்கலும் இரங்கல் நிமித்தமும். இறுதியாகப் பாலைநிலத்தில் நீரானது நிலத்தை விட்டுப் பிரிந்து ஆவியாகிறது. இது பிரிதலும் பிரிதல் நிமித்தமும். என்னவொரு அழகிய சூழலியல் கண்ணோட்டம்! *(2012:35,36)*

இதுபோன்ற பல புதிய பார்வைகளை முன்வைக்க இடம் தருகிறது திணைக்கோட்பாடு. அதனால்தான் அய்யப்ப பணிக்கர், "தொல்காப்பியம் ஒரு மூடிய பிரதியில்லை. அதன் திணைக் கோட்பாடு ஒரு வாய்பாடாக மாறி, வீழ்ச்சி அடையாமல் நாமே அதைக் காக்க வேண்டும்" என்கிறார். *(2012:125)*

இன்று, நம் தமிழ் மக்களோ 'போற்றுவது தமிழ் - பின்பற்றுவது ஆங்கிலம்' என்கிற இரட்டைப் பண்பினைக் கொண்டுள்ளனர். இது தொடர்ந்தால், மொழி வளர்ச்சியில் அது தேக்கநிலையை ஏற்படுத்தும். திணைக்கோட்பாடும் வாய்பாடாகச் சுருங்கும். அதுவே, நம் மொழியையும் சுற்றுச்சூழலையும் ஒருங்கே காக்கும் ஆயுதம் என்பதை நாம் உணர வேண்டும். அதை முறையாகப் பயன்படுத்தினால், பண்பாட்டுத் தாக்குதலையும் மூலதனத் தாக்கு தலையும் ஒருசேர எதிர்கொள்ளலாம்.

கடந்த 2000ஆவது ஆண்டில் எடுக்கப்பட்ட ஒரு கணக் கெடுப்பின்படி, 'லுவா' (Lua) என்கிற மொழியைப் பேசுபவர், இவ்வுலகில் ஒரே ஒருவர் மட்டுமே வாழ்ந்தார். இன்று அவரோடு அம்மொழியும் அழிந்திருக்கலாம். ஆனால், நகைமுரணாக ஒரு புகழ்பெற்ற கணினி மொழிக்கு 'லுவா' என்று பெயர்ச் சூட்டி யுள்ளனர். இந்த நிலை தமிழுக்கு ஏற்படாமல் நாம் காக்க வேண்டும்.

*

26 தமிழ் ஒரு மொழிஉயிரி

மொழி ஓர் உயிரி என்பது உண்மையானால், தமிழ் தன்னைத் தானே தகவமைத்துக் கொள்ளும் ஒரு 'படிமலர்ச்சி உயிரி' என்றே நம்புகிறேன். டார்வின் கொள்கையின்படி படிமலர்ச்சியில் (பரிணாமம்) தகுதிபெற்ற உயிரினங்கள் மட்டுமே தப்பிப் பிழைக் கின்றன என்பதை அறிவோம். மூவாயிரம் ஆண்டுகளுக்கும் மேலான வரலாற்றில், தமிழும் அவ்வாறே தன்னைத் தக்கவைத்து வருகின்றது. ஆகவே, தமிழை 'இயற்கைத் தேர்வில்' தேறிய மொழி என்று அழைப்பதில் தவறில்லை.

'விலங்கியலும் தமிழியலும்' என்கிற நூலில் டாக்டர் ஏ.த. சோதிநாயகம் என்பவர், விலங்கியல் படிமலர்ச்சி நோக்கில் தமிழ்மொழியை ஒப்பிட்டுப் பேசியுள்ளார். (1994, 24-37) அதை, மேலும் கூடுதல் விளக்கங்களுடன் நாம் காணலாம்.

இயற்கைத்தேர்வு என்பது உயிரினங்களின் மரபணுக்களிலேயே நிகழும் என்பதை அறிவோம். அது நிகழ மூன்று அடிப்படைச் சூழ்நிலைகள் அவசியம். முதலாவது, இனச்சேர்க்கையில் ஈடுபடும் உயிரினத் தொகுதிகள் அதிக அளவில் இருக்க வேண்டும். இரண் டாவது, ஓரிரு தலைமுறைகளில் தோன்றி, அழிந்திடும் சிறு மாற்றங்கள் படிமலர்ச்சிக்கு உதவுவதில்லை. மூன்றவதாக, இரண்டு அல்லது, அதற்கும் மேற்பட்ட விலங்கினத் தொகுதிகள் இருந்தால் மட்டுமே, விலங்கினங்களிடையே இயற்கைத்தேர்வு நிகழும்.

தொடக்கத்தில் இருந்தே தமிழிலும் ஏராளமான நூல்கள் எழுதப் பட்டிருக்கச் சில நூல்கள் மட்டுமே நமக்கு எஞ்சியுள்ளன. தரமற்ற பல படைப்புகள் தம் அழிவைத் தாமே தேடிக்கொண்டுள்ளன. அதேசமயம், வலுவான மாற்றங்களை இயற்கைத்தேர்வு நிராகரிக் காது என்பதற்குத் தொல்காப்பியம், சங்க இலக்கியம் போன்றவை சாட்சி. ஒரு பொருள் தரும் பல சொற்கள் தமிழில் ஏராளமாக

இருந்தும், அவற்றில் சில சொற்களே வெற்றிபெற்று நிலைத் திருப்பதைக் காண்கிறோம்.

மேலும், இயற்கைத்தேர்வானது மூன்று கோணங்களில் நிகழ் கிறது.

1. திடப்படுத்தும் தேர்வு (Stabilizing Selection).
2. ஒருமுகப்படுத்தும் தேர்வு (Directional Selection).
3. திரிபு ஏற்படுத்தும் தேர்வு (Disruptive Selection).

முதலாவது கோட்பாட்டின்படி தீவிரமான மாற்றங்கள் ஒதுக்கப்பட்டுச் சூழலுக்கு இசைந்த நடுநிலையான மாற்றங்களே உறுதிசெய்யப்படுகின்றன. எடுத்துக்காட்டாக, Rhode Island என்னும் தீவில் ஒருமுறை புயல் வீசியபோது, அங்கிருந்த குறிப் பிட்ட இனத்தைச் சேர்ந்த 136 பறவைகளில், 64 பறவைகள் இறந்துபோயின. இறந்தவை அனைத்தும் அவற்றின் உடலுக்குப் பொருந்தாத அளவில் பெரிய அல்லது சிறிய இறக்கைகளைப் பெற்றிருந்தவை. உயிர் பிழைத்த 72 பறவைகளும் உடல் அளவுக்குப் பொருத்தமான இறக்கைகளைப் பெற்றிருந்தன என்று கூறும் சோதிநாயகம் அவர்கள், இந்நிகழ்வைத் தமிழ்மொழியுடன் ஒப்பிடு கிறார். புயல் என்பது தமிழ்மொழிமீது தொடர்ந்து நிகழும் பிற மொழித் தாக்கம். மறுபுறம் தூய மொழிக்கொள்கை. தமிழ், இவ்விரு கொள்கைகளுக்கும் இடையே நடுநிலையாய் இயங்கித் தன்னைத் திடப்படுத்தும் கொள்கைக்கு இணையாகத் தக்கவைத்து வருவதைச் சுட்டிக்காட்டுகிறார், சோதிநாயகம்.

இரண்டாவது கோட்பாட்டுக்கு இங்கிலாந்தில் காணப்படும் ஓர் அந்துப்பூச்சியை (Biston betularia) உவமை காட்டுகிறார். 1845ஆம் ஆண்டு வரை அப்பூச்சிகளின் நிறம் பாசி படிந்த அடி மரத்தினை ஒத்திருந்தது. தொழிற்புரட்சியின் விளைவாக ஆலைப் புகை படியவே, அவை மெல்லக் கறுப்பு நிறத்துக்கு மாறின. இந்நிறம் மாறிய பூச்சி, 'Biston betularia carbabonirea' எனப்பட்டது. ஏறக்குறைய 99% அளவுக்கு இம்மாற்றம் நிகழ்ந்தது. சூழலுக்கேற்ப மாறும் இப்போக்கினை ஒருமுகப்படுத்தும் தேர்வு எனலாம்.

தமிழின்மீது நிகழ்த்தப்பட்ட அந்நியமொழிப் படையெடுப்பில் ஒரு தடுப்பு வியூகமாகப் பெயர்ச்சொற்களாக மட்டும் ஒருசில அந்நியச் சொற்களைத் தமிழ் ஏற்றுக்கொண்டது. சான்றாக,

முகலாய ஆட்சியின் விளைவாக உள்நுழைந்த 'ரூபாய்' என்னும் சொல். இதுபோல இலங்கையிலும் போர்த்துக்கீசியரின் காலனி ஆட்சி நிலவியபோது, போர்த்துக்கீசிய மொழியால் அலுமாரி, யன்னல், அலவாங்கு, கோப்பை, களிசான், கதிரை, குசினி என்று தமிழ்மொழியில் கலப்படம் செய்ய மட்டுமே முடிந்தது என்பார், பொ.ஐங்கரநேசன். *(2009:354)* பிரேசில் போன்ற நாடுகளில் நிகழ்ந்தது போலத் தமிழை முற்றிலும் அழிக்க முடியவில்லை.

பெயர்ச்சொற்களை மட்டும் ஏற்றுக்கொண்ட செயலினை, நிறத்தை மட்டும் மாற்றிக்கொண்ட அந்துப்பூச்சியின் செயலோடு ஒப்பிடலாம். தன் அடிப்படைப் பண்பில் மாற்றம் நிகழ தமிழ் அனுமதிக்கவில்லை. அதாவது, வினைச்சொற்களில் அம்மாற்றம் நிகழத் தமிழின் தொல்காப்பிய இலக்கணம் தடுப்புக் கவசமாக இருந்து செயல்படுகிறது. எனவேதான், 'Try' பண்ணி என்று 'பண்ணித் தமிழோடு' அது நின்றுவிடுகிறது. 'டிரை'யினேன் என்று மாற முடியவில்லை.

மூன்றாவது கோட்பாடு திரிபு ஏற்படுத்தும் தேர்வு. கலிபோர்னி யாவில் 12 ஆண்டுகள் நடத்திய ஆய்வின்படி ஒரு கலப்பின சூரிய காந்தி வகைச் செடி ஐந்து ஆண்டுகளுக்குப் பிறகு, இரு கிளை இனங்களாகத் திரிந்தது. இரண்டுக்கும் இடையே ஒரு புல்வெளி காணப்பட்டது. ஒரு கிளையினம் வறண்ட நிலப்பகுதியிலும், மற்றொன்று ஈர நிலப்பகுதியிலும் வாழ்ந்தன. அடுத்த ஏழு ஆண்டுகளில் இரண்டும் தனித்தனிக் கிளையினங்களாக நிலை பெற்றுவிட்டன.

மொழியும் இருவேறு ஆட்சி வரம்புகளுக்கு உட்பட்டால், அவை கிளைமொழிகளாகத் திரிந்து, முடிவில் அவை தனித்தனி மொழிகளாகும் வாய்ப்புண்டு. தமிழும் அவ்வாறே அதன் பகுதி களில் கன்னட, தெலுங்கு மொழியாகத் திரியத் தொடங்கிய போது, அது 'மொழிபெயர் தேயம்' எனக் குறிப்பிடப்பட்டது. மிகுதியான சமஸ்கிருதக் கலப்பால் திரிந்த மலையாளம் மற்றொரு எடுத்துக்காட்டு.

மேலும், படிமலர்ச்சி நிகழ்வதற்கான காரணங்களுள் நான்கு முதன்மையானவை. *1.* சடுதிமாற்றம் (Mutation) *2.* இயற்கைத் தேர்வு (Natural Selection) *3.* மாறுபட்ட இனப்புணர்ச்சி (Non Random mating) *4.* சிறிய விலங்கினத் தொகுதியும் மரபணுக்களின்

திரிவும் (Small population and genetic drift). இந்த நான்கு அடிப் படைப் படிமலர்ச்சி விதிகளையும் தமிழ்மொழியோடு ஒப்பிடு கின்றார், சோதிநாயகம்.

முதலாவது, சடுதி மாற்றம். இதற்கான உயிரியல் எடுத்துக்காட்டு Drosophila malanogaster என்கிற பூச்சியாகும். சிவப்பு நிறத்தில் காணப்பட்ட இந்தப் பூச்சியின் கண்கள் திடீரென்று மரபணு திரிந்து வெள்ளை நிறமாக மாறியது. இருப்பினும், பூச்சியினம் தொடர்ந்து வாழ்ந்து வருகிறது. தமிழில் தொடர்ந்து உருவான வரிவடிவங்களை இதற்கு ஒப்பிடலாம். வட்டெழுத்து, கிரந்த வரி வடிவம், பின்னர் வீரமாமுனிவர், பெரியார் எழுத்துச் சீர்திருத்தம் என்று பல்வேறு மாற்றங்களைக் கண்டும் தமிழ் இன்றளவும் நீடித்து வருவதைக் காண்கிறோம். தற்காலத்தில், அது கணினி மொழிக்கும் இசைந்து கொடுக்கிறது.

இரண்டாவதான இயற்கைத்தேர்வு குறித்து, நாம் விரிவாகப் பார்த்துவிட்டதால் மூன்றாவதற்கு நகர்வோம். இது மாறுபட்ட இனப்புணர்ச்சி எனப்படும். ஓர் உயிரினத்தின் இயல்பான மர பணுக் கலவைகள் இயல்புக்கு மாறாக, வேறொரு மரபணுவுடன் இணைதலே மாறுபட்ட இனப்புணர்ச்சியாகும். தமிழில் யாப்பு, தளை என்று விதிக்கப்பட்டிருந்த மரபுக்கவிதைகள் மேற்கிலிருந்து இறக்குமதியான வசன கவிதைகளுடன் இயைந்து, பின்னர்ப் புதுக் கவிதைகளாக மாறி வளர்ச்சியுற்றதை இதற்கு ஒப்பிடலாம்.

நான்காவது கோட்பாடு சிறிய விலங்கினத் தொகுதியும் மர பணுக்களின் திரிவும் ஆகும். ஒரு பெரிய விலங்கினத் தொகுதி அதன் இயற்கைச் சூழலோடு ஈடுபாடு கொள்ளும் வாய்ப்புகள் அதிகம். எனவே, அங்கு மரபீனி மாற்றம் பேரளவில் நிகழாது. அதே சமயம், சிறிய விலங்கினத் தொகுதிக்கு அவ்வாய்ப்புக் குறைவு என்பதால், மரபணுக்களில் பெரிய அளவில் மாற்றம் ஏற்படுகிறது. அதனால், படிமலர்ச்சியின் வேகம் அதிகரிக்கப்படலாம். அது சூழலுக் கேற்பத் தன்னைத் தக்கவைத்துக்கொள்ளும் உத்தி. டார்வின் கண்ட கலபகாஸ் தீவு உயிரினங்களை இதற்குச் சான்று காட்டலாம்.

மலேசியாவில் தமிழ் பேசுவோர் தமிழ்நாட்டைவிடக் குறைவு. அவர்களைச் சுற்றி மலாய், சீன, ஆங்கிலம் போன்ற மொழிகளின் தாக்கம் அதிகம். எனவே, மொழியைத் தக்க வைக்கும் தீவிரமும் அங்கு அதிகம் தென்படுகிறது. அதற்கு, முதல் உலகத் தமிழ் மாநாட்டை அவர்கள் நடத்தியதே சிறந்த சான்று.

படிமலர்ச்சி மூன்று நிலைகளில் நடைபெறுகிறது. 1. நுண்படி மலர்ச்சி (Micro Evolution). 2. உயர்நிலைப் படிமலர்ச்சி (Macro Evolution). 3. மேல்நிலைப் படிமலர்ச்சி (Mega Evolution) என வகைப்படுத்தும் சோதிநாயகம், இவற்றையும் தமிழ்மொழியுடன் ஒப்பிடுகின்றார்.

நுண்படிமலர்ச்சி என்பது குறைந்த அளவில் மட்டுமே மாற்றம் நிகழும் படிமலர்ச்சி முறை. புரோட்டசோவா போன்ற நுண்ணுயிரிகளில் இது நிலவுகின்றது. இதைத் திரைப்படப் பேச்சுத் தமிழின் வளர்ச்சியுடன் ஒப்பிடுகின்றார், அவர். 'நாதா, அன்பே' என்று காதலித்துக்கொண்டிருந்த அது, தற்போது வந்தடைந்திருக்கும் நிலையுடன் இதை ஒப்பிடலாம்.

உயர்நிலைப் படிமலர்ச்சி என்பது உயிரினங்களில் அவற்றின் பேரினம், குடும்பம் என வரிசை நிலைகளில் நிகழ்கிறது. ஒரு தொகுதி விலங்கினங்கள் போட்டி ஏதுமற்ற புதிய சூழ்நிலைக்குச் சென்றடையும்போது, குறைந்த எண்ணிக்கையிலான விலங்கினங்களுக்கு ஏராளமான வாய்ப்புகள் கிடைக்கின்றன. அதனால், அவை அவ்விடங்களில் ஒன்றி வாழத் தொடங்குகின்றன. பிறகு, அவை அந்தந்த இடங்களுக்கேற்ப ஒவ்வொரு தனித்தனி இனங்களாகவும் படிமலர்ச்சி அடைவது நிகழ்கிறது. ஊர்வன வகைகளே இதற்குச் சான்று. அவை அனைத்தும் 'காட்டைலோசாரஸ்' (Cotylosaras) என்ற முதலில் தோன்றிய ஊர்வன வகையிலிருந்தே படிமலர்ச்சி அடைந்தவை. இதைத் தமிழின் பா வகைகளுக்கு ஒப்பிடுகின்றார், சோதிநாயகம். இடத்துக்கேற்ப நாட்டார் பாடல்கள், மரபுக் கவிதைகள், புதுக்கவிதைகள், திரைப்பாடல்கள் எனத் திரிந்து இயங்குவதைக் குறிப்பிடுகின்றார்.

மேல்நிலைப் படிமலர்ச்சி என்பது மிகப்பெரிய அளவில் நடைபெறுவது. இது வகை (Class), தொகுதி (Phylum) இவற்றினின்று, வேறு தொகுதி தோன்றும் வகைமுறை. எப்படி ஊர்வனவற்றிலிருந்து பறவைகளின் தொகுதியும், பாலூட்டிகளின் தொகுதியும் தோன்றியதோ அதுபோலத் தோன்றுவது. இதை இயல் தமிழிலில் இருந்து இசைத்தமிழ் தோன்றியதோடும், நாடகத் தமிழ் தோன்றிய தோடும் ஒப்பிடுகின்றார், அவர்.

இது இன்று மேலும் விரிவாகி அறிவியல் தமிழ் வரை வந்து சேர்ந்துள்ளது. இதன் உட்பிரிவாகிய கணினித் தமிழும் இதில்

அடக்கம். இத்துடன் தற்காலத்துக்கு அவசியமான சூழலியல் தமிழையும் இதில் உள்ளடக்க விரும்புகிறேன். சங்க இலக்கியக் காலத்தோடு ஓய்ந்துவிட்டதாகக் கருதப்பட்ட பசுமை இலக்கியத்தை, உலகமயமாக்கக் காலத்தில் அதன் தேவையை உணர்ந்து, மீண்டும் புதுப்பித்துக் கொண்டு வருகிறது, தமிழ்.

இயற்கையின் குணம் தமிழுக்குள்ளது. அதனால்தான், சூழலுக்குத் தகுந்தவாறு தன்னைத் தொடர்ந்து அது புதுப்பித்துக்கொள்கிறது. குறிஞ்சியில் வாழ்ந்த தமிழ், தற்போது கூகுளிலும் வாழ்கிறது. புவியில் வாழ்வதோடு மேகக்கணிமையிலும் (கிளவுட் கம்ப்யூட்டிங்) அது நுழைந்துள்ளது. என்னதான் ஒரு படிமலர்ச்சி உயிரியாகத் தமிழ் விளங்கினாலும், நம்முடைய பங்கும் இருந்தால் மட்டுமே அது புவியில் பொருந்தி வாழமுடியும். அதற்கு, நாம் சுற்றுச் சூழலையும் தமிழையும் ஒருங்கே காதலிக்க வேண்டும்.

ஏனென்றால்... தமிழ் ஒரு சூழலியல் மொழி!

*

நெறித்துணைத் தரவுகள் :

01. அசல் மனுதருமசாஸ்திரம், (2009), திராவிடர் கழகம், சென்னை.
02. அடிகள், தனிநாயகம், (2014), நில அமைப்பும் தமிழ்க் கவிதையும், (தமிழில்) க. பூரணசந்திரன், முதற்பதிப்பு, நியூ செஞ்சுரி புக் ஹவுஸ், சென்னை.
03. அண்ணாமலை, இ., (1991), தமிழர் நோக்கில் பண்பாடும் மொழியும், காலச்சுவடு சிறப்பிதழ்.
04. அதியமான், பழ., (மார்ச், 2009), காலச்சுவடு.
05. அய்யங்கார், சீனிவாச,பி.டி. (1989), தமிழர் வரலாறு பாகம்1, பாகம் 2 (தமிழில்) புலவர்.கா.கோவிந்தன், திருநெல்வேலித் தென்னிந்திய சைவ சித்தாந்த நூற்பதிப்புக் கழகம், சென்னை.
06. அரங்கன், கி., (2021), நோம் சோம்ஸ்கி - நவீன மொழி யியலுக்கு ஓர் அறிமுகம், அடையாளம். திருச்சி
07. அரிமாப்பாமகன். ஆ., (2017), சங்க இலக்கியத்தில் சூழ லியல், இராசகுணா பதிப்பகம், சென்னை.
08. ஆசர், பர்.ஆர்.ஈ. (செப்டம்பர், 2015), திரவிடரின் தனித் தன்மை புனைவா, உண்மையா? தமிழில்: பி.இராமநாதன், தென்மொழி இதழ்.
09. ஆரோக்கியசாமி.சி, (2019), தமிழர் மரபில் தாய்த் தெய்வ வழிபாடும் பெரியாரும், விடியல், கோவை.
10. இளங்குமரன், புலவர்.இரா, (1971), (தொகுப்பாசிரியர்), உரையசிரியர் கண்ட சொற்பொருள் நுண்மை விளக்கம், திருநெல்வேலித் தென்னிந்திய சைவ சித்தாந்த நூற்பதிப்புக் கழகம், சென்னை.
11. இளஞ்சேரன், கோவை, (1982), இலக்கியம் ஒரு பூக்காடு, இராக்போட்டு பப்ளிகேசன்ஸ், சென்னை.
12. ஐங்கரநேசன். பொ., (2009), ஏழாவது ஊழி, சாளரம், சென்னை.
13. ஃபாஸ்டர், ஜான் பெல்லமி, மேக்டாப், (ஜூன்,2016) புவிக்கோளில் சூழலியச் சிக்கல்கள், தமிழில்: அருண் நெடுஞ் செழியன், இயல்பு.

14. ஃபெடின், கான்ஸ்டான்டின்., (2016), தமிழில்: டி.எஸ்.நடராஜன், கலையும் மொழியும், என்சிபிஎச், சென்னை.
15. கண்ணபிரான் ரவிசங்கர் (கரச), (2018), அறியப்படாத தமிழ்மொழி, தடாகம், சென்னை.
16. களவியல் என்ற இறையனார் அகப்பொருள், (1959), தெய்வப் புலமை நக்கீரனார் அருளிய உரையுடன், திருநெல்வேலி தென்னிந்திய சைவ சித்தாந்த நூற்பதிப்புக் கழகம் லிமிடெட், திருநெல்வேலி. சென்னை.
17. கிருட்டிணமூர்த்தி, கு.வி. (2011), தமிழரும் தாவரமும், மூன்றாம் பதிப்பு, பாரதிதாசன் பல்கலைக் கழகம். திருச்சி. ப: 20, 36,
18. குகா, இராமச்சந்திர. (2012), நுகர்வெனும் பெரும்பசி, முதற்பதிப்பு, எதிர் வெளியீடு, பொள்ளாச்சி.
19. குகா, இராமச்சந்திர, (2016), தமிழில்: பொன். சின்னத்தம்பி முருகேசன், சுற்றுச்சூழலியல் உலகம் தழுவிய வரலாறு, எதிர், பொள்ளாச்சி.
20. குருசாமி, சோ., (2012) இலக்கியங்களில் இயற்கை, அறிவு பதிப்பகம், சென்னை.
21. கேசவன், கோ., (2022), கோ.கேசவன் நூல் தொகுப்பு 3, (தமிழ்: மொழி-இனம்-நாடு), கோ.கேசவன் அறக்கட்டளை, சென்னை.
22. கைலாசபதி.க, (2017), அடியும் முடியும், காலச்சுவடு, நாகர்கோவில்
23. கோதண்டராமன். இரா., (2007) மொழித்தூய்மையும் மொழிப் பயன்பாடும், (கட்டுரை), மொழித்தூய்மை, பதிப்பாசிரியர் முனைவர் சி.சித்ரா, தேசிய கல்லூரி, திருச்சி.
24. சக்கரவர்த்தி, வெங்கடேஷ், (நவ. 2007), நேர்காணல், தீராநதி.
25. சாமி, பி.எல். (1970), சங்க இலக்கியத்தில் விலங்கின விளக்கம், முதற்பதிப்பு, திருநெல்வேலித் தென்னிந்திய சைவ சித்தாந்த நூற்பதிப்புக் கழகம், சென்னை.
26. சாமி, பி.எல். (1976), சங்க இலக்கியத்தில் புள்ளின விளக்கம், முதற்பதிப்பு, திருநெல்வேலித் தென்னிந்திய சைவ சித்தாந்த நூற்பதிப்புக் கழகம், சென்னை.
27. சாமிநாதன், வெங்கட், (செப்.2000), ரிக்வேத ரிஷி, கணையாழி
28. சிவத்தம்பி, கார்த்திகேசு., (ஏப். 2010), நேர்காணல், தீராநதி.

29. சுகுமாரன், (டிச., 2008), காலச்சுவடு இதழ்.
30. சுரதா, (2003), தமிழ்ச் சொல்லாக்கம், சேகர் பதிப்பகம், சென்னை.
31. செந்தமிழ்ச் சொற்பிறப்பியல் பேரகர முதலி, (1907), முதல் மடலம் மூன்றாம் பாகம், உலகத் தமிழாராய்ச்சி நிறுவனம், சென்னை.
32. செந்தமிழ்ச் சொற்பிறப்பியல் பேரகரமுதலி, ஆறாம் மடலம், இரண்டாம் பாகம், (2005) முதற்பதிப்பு, சென்னை.
33. செம்மொழித்தமிழ், (2010), பதிப்பாசிரியர்: ம.வே.பசுபதி, தமிழ்ப் பல்கலைக்கழகம், தஞ்சாவூர்.
34. செழியன்,(ஏப். 2008), முகங்களின் திரைப்படம், காட்சி மொழிக் குறிப்புகள், வார்த்தை.
35. சோதிநாயகம், ஏ.த. டாக்டர்., (1994) விலங்கியலும் தமிழியலும், உலகத் தமிழாராய்ச்சி நிறுவனம், சென்னை.
36. சோழமண்டல சதகம், (1994), வேளூர் ஆத்மநாத தேசிகர், பதிப்பாசிரியர் புலவர்செ.இராசு, தமிழ்பல்கலைக் கழக வெளியீடு, தஞ்சாவூர்.
37. ஞானக்கூத்தன், (நவ., 2009), நேர்காணல், காலச்சுவடு.
38. தமிழவன், (ஜன. 2008), நேர்காணல், தீராநதி.
39. தமிழவன்,(ஏப். 2010), மரமும் ஓயாத காற்றும் 12, தீராநதி.
40. தாம்சன், ஜார்ஜ், (2017), மனித சாரம், தமிழில்: எஸ்.வி.ராஜதுரை. என்சிபிஹெச், சென்னை.
41. தியாங்கோ, கூகி வா, (2000), தமிழில்: அமரந்தா-சிங்கராயர், ('கென்யா - சுதந்திர போராட்ட வரலாறு' கட்டுரையிலிருந்து) சிலுவையில் தொங்கும் சாத்தான், தாமரைச் செல்வி பதிப்பகம், சென்னை.
42. திருநாவுக்கரசு. க.த.டாக்டர், (2014), பண்பாடு சமற்கிருத மயமாக்கப்படுதல் (கட்டுரை), சமற்கிருத ஆதிக்கம், இரண் டாம் பதிப்பு, திராவிடர் கழக (இயக்க) வெளியீடு, சென்னை.
43. நக்கீரன், (2022), நேர்காணல், பூமி இழந்திடேல், கனலி சூழலியல் காலநிலைச் சிறப்பிதழ்.
44. நந்தா, (செப். 2009), சித்தர்களின் வைதீக மரபு, தீராநதி.
45. நலங்கிள்ளி, (2012), ஆங்கில மாயை, விஜயா பதிப்பகம், கோவை
46. நிர்மல் செல்வமணி (1996), தமிழ்க் காட்சி நெறியியல், உலகத் தமிழாராய்ச்சி நிறுவனம், சென்னை.

47. பணிக்கர், கெ.அய்யப்ப, (2012), தமிழில்; ந.மனோகரன், இந்திய இலக்கிய கோட்பாடுகள் சூழல் - பொருத்தம், மாற்று. சென்னை.
48. பழனிவேலு, கே. (2018), தொல்காப்பியத் திணைக் கோட்பாடு: திறனாய்வியல் நோக்கு, மாற்று, சென்னை.
49. பாமயன், (ஜூன், 2008), முகிலினங்கள், தமிழினி.
50. பாமயன், (2012), திணையியல் கோட்பாடுகள், தடாகம், சென்னை.
51. பாரதி, பக்தவத்சல, (அக், 2007), நேர்காணல், தீராநதி.
52. பாஸ்கரன்,சு. தியடோர், (2021), கையிலிருக்கும் பூமி, உயிர்மை, சென்னை.
53. பூங்குன்றன், மா. (பிப்ரவரி 2012), சொல்லியலும் தொல்லியலும், தென்மொழி இதழ்,
54. பூரணச்சந்திரன். க., (செப்டம்பர், 2010), காலச்சுவடு இதழ்.
55. பூரணச்சந்திரன். க., (2021), பொருள்கோள் ஓர் அறிமுகம், அடையாளம், திருச்சி.
56. ப்ரகாஷ், தஞ்சை, (டிச.1999), முக்குளித்தான், கணையாழி.
57. மார்க்ஸ். அ., (ஜூன், 2008) பேசாப்பொருளைப் பேசத் துணிந்தேன், தீராநதி.
58. முகுல், அக்ஷய, (2016), தமிழில்: அறவாணன், இந்து இந்தியா கீதா பிரஸ்: அச்சும் மதமும், விடியல், கோவை.
59. முத்துமோகன், ந., (மார்ச், 2008), தமிழர் தம் அடையாளங்களை இழந்தது ஏன்? புதிய காற்று.
60. முத்துமோகன், ந., (2017), பிரம்ம சூத்திரமும் பகவத் கீதையும், என்சிபிஹெச், சென்னை.
61. மோனிகா, (ஜன. 2011), நவீன இந்திய ஓவியம், தீராநதி.
62. யோகானந்த். க. (2017), (அணிந்துரை) இயற்கை; செய்திகள், சிந்தனைகள், முதற்பதிப்பு, இயற்கை வரலாறு அறக்கட்டளை, பொள்ளாச்சி.
63. வரதராசனார், மு. (2014), பழந்தமிழ் இலக்கியத்தில் இயற்கை, பாரிநிலையம், சென்னை.
64. வின்ஸ், கைல், (Gail vines), (செப்.-அக்.,2000), ஒரு தாய் மொழி மடிகிறது, காலச்சுவடு இதழ்.
65. வேங்கடசாமி, மயிலை சீனி., (2001), பதிப்பாசிரியர்: மே.து.ராசுகுமார், தொகுப்பாசிரியர்: ப.சரவணன், மயிலை

சீனி.வேங்கடசாமி ஆய்வுக் கட்டுரைகள், (தொகுதி 2), மக்கள் வெளியீடு, சென்னை.
66. வேலுப்பிள்ளை. ஆ., (2016), தமிழ் இலக்கியத்தில் காலமும் கருத்தும், குமரன் புத்தக இல்லம், கொழும்பு.
67. ராமசாமி, அ., (மே, 2015), பண்பாட்டு நிலவியலும் திணைக் கோட்பாடும், புது விசை.
68. ஜகந்நாதன், கி.வா., (1996), வாழும் தமிழ், கலைமகள் காரியாலயம், சென்னை.
69. ஜாரெட் டைமண்ட், (2013), தமிழில் ப்ரவாஹன், துப் பாக்கிகள், கிருமிகள், எஃகு, பாரதி புத்தகாலயம், சென்னை.
70. ஜெயகரன், சு.கி., (2007), மூதாதையரைத் தேடி, காலச்சுவடு, நாகர்கோவில்.
71. ஜெயராமன், தங்க. (2017), காவிரிக் கரையில் அப்போது, க்ரியா, சென்னை.
72. ஹாக்கிங், ஸ்டீஃபன், (2015), தமிழில்: நலங்கிள்ளி, காலம் - ஒரு வரலாற்றுச் சுருக்கம், எதிர் வெளியீடு, சென்னை.
73. ஹோலுப், மிரோஸ்லாவ், (மே 2017), நேர்காணல், இதழ் 28-29, மணல்வீடு.
74. Crystal, David, (2014), Language Death, Cambridge University Press, UK.

இணையத்தளங்கள்:

75. முத்தையா. இ., பழந்தமிழர்ப் பண்பாட்டு வெளிகளின் அரசியல், <http://panmey.com/content/?p=221/> 21/07/22, 03.45 pm
76. Ecosystem, National Geography, <https://education.nationalgeographic.org/resource/ecosystem> 20/09/22, 7.23 pm
77. John vidal, As forests are cleared and species vanish, there's one other loss: a world of languages, <http://www.theguardian.com/environment/2014/jun/08/why-we-are-losing-a-world-of-languages> 11/08/15, 5.11 am
78. Asya pereltsvaig, Linguistic diversity and language endangerment in Papua New Guinea, <http://www.languagesoftheworld.infoaustralia-and-papua-new-guinea/linguistic-diversity-and-language-endangerment-in-papua-new-guinea.html> 11/08/15, 7.32 am.

நக்கீரன் எழுதிய பிற நூல்கள்

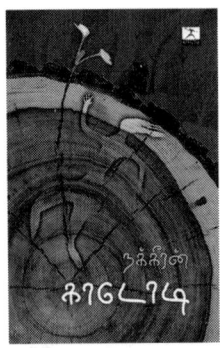

காடோடி

ஒரு மழைக்காடு அழிக்கப்பட்ட வரலாற்றை உயிர்த்துடிப்புடன் பேசும் சூழலியல் நாவல். தமிழில் ஒரு நாவலுக்காக 50க்கும் மேற்பட்ட கூட்டங்கள் நடந்துள்ளது என்றால் அது காடோடி நாவலுக்கு மட்டுமே. மூன்று விருதுகளையும் பல்லாயிரக் கணக்கான வாசகர்களின் நெஞ்சங்களையும் வென்ற நாவல் இது.

விலை: ₹ 360.00

நூல்களை வாங்க: 📞 8072730977

நீர் எழுத்து

தமிழகத்தின் இரண்டாயிரம் ஆண்டு கால நீர் வரலாற்றை 360 பாகை கோணத்தில் அலசும் நூல். மிக எளிய மொழியில் தண்ணீரைக் குறித்து இவ்வளவு விரிவும் ஆழமும் நிறைந்த ஆவணம் தமிழில் வேறெதுவும் கிடையாது. 2019ஆம் ஆண்டுக்கான 'விகடன் விருது' பெற்றது.

விலை: ₹ 300.00

நூல்களை வாங்க: 📞 8072730977

சூழலும் சாதியும்

இயற்கையில் காணப்படும் ஐம்பூதங்கள், திசைகள், தாவரங்கள், உயிரினங்கள் அனைத்திலும் சாதியம் பரவியுள்ள செய்தி பலருக்கும் வியப்பளிக்கும். தமிழில் முதன்முதலாகச் சூழலியலை சாதியத்தோடு இணைத்துப் பேசிய நூல். இன்றுவரை பரபரப்பான விற்பனையில் இடம்பெற்று வருகிறது.

விலை: ₹90.00

நூல்களை வாங்க: 📞 8072730977

பால் அரசியல்

தாய்ப்பால் கொடுப்பதைத் தடுக்கத் திட்டமிடும் பால் நிறுவனங்கள், கலப்பட பாலின் அபாயங்கள், A1, A2 பால் பற்றிய விவரங்கள் போன்றவற்றோடு நம் கால்நடைப் பொருளாதாரத்தை அழிக்கத் திட்டமிடும் பன்னாட்டு நிறுவனங்களின் சதியையும் அம்பலபடுத்தும் நூலே ‘பால் அரசியல்.’

விலை: ₹70.00

நூல்களை வாங்க: 8072730977

கார்ப்பரேட் கோடரி

வேளாண்மையில், கார்ப்பரேட் நிறுவனங்கள் நிகழ்த்திய வன்முறைகளை விளக்குகிறது. இயற்கை உரத்துக்காக நடந்த போர் தொடங்கி, உயிரி எரிப்பொருள் மக்களைப் பட்டினியில் ஆழ்த்த போவது வரை விவாதிக்கிறது. பழங்குடிகளின் அறிவின்முன் ஐக்கிய அமெரிக்கா தோற்ற கதை ஆர்வமூட்டுவது.

விலை: ₹70.00

நூல்களை வாங்க: 8072730977

உயிரைக் குடிக்கும் புட்டிநீர்

புட்டிநீர் தூய்மையானது என்கிற பலரது நம்பிக்கையை உடைக்கும் சான்றுகளைத் தருகின்றது. நூல். நம் உடல்நலம், சமூகநலம் இரண்டும் புட்டிநீரால் கெடுவதை விளக்குவதோடு நில்லாது, அவற்றுக்கான மாற்று தீர்வுகளையும் முன்வைப்பது இந்நூலின் சிறப்பு.

விலை: ₹50.00

நூல்களை வாங்க: 8072730977

கண்ணுக்குத் தெரியாமல் களவுபோகும் நீர்

இன்று தமிழ்நாடு முழுவதும் பரவலாக அறியப்பட்டிருக்கும் ‘மறை நீர்’ என்ற கருத்தாக்கத்தை தமிழுக்கு முதன்முதலில் அறிமுகப்படுத்திய நூல். ஆயிரக்கணக்கான பிரதிகள் விற்றுள்ள இந்நூல், தற்போது கூடுதல் தகவல்களோடு வெளியாகியுள்ளது.

விலை: ₹ 30.00

நூல்களை வாங்க: 8072730977

மழைக்காடுகளின் மரணம்

உலகில் ஒரு நொடிக்கு ஒன்றரை ஏக்கர் மழைக் காடு அழிக்கப்படுகிறது. காடுகள் தீப்பற்றும் மர்மத்தின் பின்னேயுள்ள வணிக அரசியலையும், உயிரினங்கள் மற்றும் பழங்குடிகளின் வாழ்வியல் அழிவையும் ஒருசேர பேசுகிறது இந்நூல்.

விலை: ₹ 30.00

நூல்களை வாங்க: 📞 8072730977

அலையாத்திக் காடு

இந்நூலைப் படித்து முடித்த ஒருவர் கட்டாயமாக அலையாத்திக் காட்டினைத் தேடிச் செல்வார். கையைப் பிடித்து அழைத்துச்சென்று சுற்றிக் காட்டுவது போன்ற ஒரு வழிகாட்டி நூல். அறிஞர்களின் பாராட்டுகளைப் பெற்றதோடு ஆங்கிலம், மலையாளம், கன்னடம் ஆகிய மொழிகளிலும் மொழிபெயர்க்கப்பட்டுள்ளது.

விலை: ₹ 30.00

நூல்களை வாங்க: 📞 8072730977

எறும்புகள் ஆறுகால் மனிதர்கள்

எறும்புகளைக் கொண்டு ஒரு காட்டை உருவாக்கிய ஜாதவ் பாயேங் கதையைத் தமிழில் முதலில் பேசிய நூல். எறும்புகளிடம் இருந்தே நாம் வேளாண்மை, கால்நடை வளர்ப்பு, தையல் தொழிலைக் கற்றோம் போன்ற செய்திகளை விளக்கிக் கூறி, எறும்புகளைக் காதலிக்க தூண்டும் நூல்.

விலை: ₹ 30.00

நூல்களை வாங்க: 📞 8072730977

வண்ணத்துப்பூச்சியின் விடுதி

இதயமும் சதையாகவே பார்க்கப்படும் பெண்களைப் பற்றிய கதை. இவர்களின் வாழ்க்கை இவர்கள் அறியாத அரசியலால் கொத்திக் குதறப்பட்டதாகும். உலகின் கண்களுக்கு மறைக்கப்பட்ட குருதிவாடை வீசும் அந்த வரலாற்றின் ஓர் அசிங்கமான பக்கத்தைப் புரட்டிக்காட்டும் குறுநாவல்.

விலை: ₹ 80.00

நூல்களை வாங்க: 📞 8072730977

என் பெயர் ஜிப்சி

நாம் பியானோவின் இசையில் மயங்கி கிடக்கையில், கவிஞர் அந்தப் பியானோவுக்காக வெட்டப்பட்ட மரத்தில் வசித்த இருவாச்சி பறவைகளுக்காகத் துக்கப்படுகிறார். 2012ஆம் ஆண்டின் சிறந்த கவிதைத் தொகுப்புக்கான 'ஆனந்த விகடன்' விருது பெற்றது.

விலை: ₹ 60.00

நூல்களை வாங்க: 📞 8072730977

பசுமைப் பள்ளி

இது குழந்தைகளுக்கான நூல். எளிய முறையில் குழந்தைகளுக்குச் சூழலியலைச் சொல்லித் தருகிறது. சுற்றுச்சூழலுடன் தமிழின் திணைக் கோட்பாட்டையும் இணைத்துக் கற்றுத்தரும் நூல். குழந்தைகள் மட்டுமன்றி, குழந்தைகளாக இருந்த பெரியவர்களும் இப்பள்ளியில் கற்கலாம்.

விலை: ₹ 100.00

நூல்களை வாங்க: 📞 8072730977